पन्नाशीनंतरची तंदुरुस्ती – ज्यांना निरोगी आणि दीर्घ आयुष्य
जगायचं आहे, अशा स्त्रियांसाठी

फिट फॉर 50+ फॉर विमेन

शेन गुड

अनुवाद
सुभाष जोशी

मेहता पब्लिशिंग हाऊस

All rights reserved. No part of this publication may be reproduced, stored in a retrieval system or transmitted, in any form or by any means, without the prior written consent of the Publisher and the licence holder. Please contact us at **Mehta Publishing House,** 1941, Madiwale Colony, Sadashiv Peth, Pune 411030.
℗ +91 020-24476924 / 24460313
Email : info@mehtapublishinghouse.com
        production@mehtapublishinghouse.com
        sales@mehtapublishinghouse.com
Website : www.mehtapublishinghouse.com

◆ *या पुस्तकातील लेखकाची मते, घटना, वर्णने ही त्या लेखकाची असून त्याच्याशी प्रकाशक सहमत असतीलच असे नाही.*

Fit for 50 + for Women by Shane Gould
Copyright © Shane Gould
Published by Orient Paperbacks (A division of Vision Books Pvt. Ltd.)
New Delhi - 110002.
Translated in Marathi Language by Subhash Joshi

फिट फॉर ५ ०+ फॉर विमेन / मार्गदर्शनपर

अनुवाद   : सुभाष जोशी
            जी-४०४, रोहन गरिमा, १३०अ/१, शिवाजी हाऊसिंग सोसायटीशेजारी,
            शिवाजीनगर, पुणे – ४११०१६. E-mail : subhashdjoshi@yahoo.co.in

मराठी अनुवादाचे व प्रकाशनाचे हक्क मेहता पब्लिशिंग हाऊस, पुणे ३०.

प्रकाशक   : सुनील अनिल मेहता, मेहता पब्लिशिंग हाऊस,
            १९४१ सदाशिव पेठ, माडीवाले कॉलनी, पुणे – ४११०३०.

मुखपृष्ठ   : चंद्रमोहन कुलकर्णी

प्रथमावृत्ती : जानेवारी, २०११ / पुनर्मुद्रण : मे, २०१२

P Book ISBN 9788184982008

'माझं आता वय होत चाललं आहे आणि माझं हे शरीर काही
मला साथ देणार नाही.'
अशा मनोवृत्तीने कदाचित तुम्ही ग्रासल्या असाल;
पण जर तिला तुम्ही बळी पडलात आणि शरीराची योग्य ती
हालचाल केली नाहीत,
तर मात्र तुम्ही लवकरच म्हातारपण ओढवून घ्याल.

अनुक्रमणिका

वय ही एक मनाची अवस्था असते

चाळिशीच्या अंतिम टप्प्यात किंवा पन्नाशीच्या सुरुवातीला जेव्हा तुम्ही पोचता; तेव्हा तरुणपणात, तुमचं शरीर जितकं साथ देत होतं, तितकं आता देत नसल्याचं लक्षात येतं. ही गोष्ट फार हताश करून टाकणारी आहे. कदाचित त्यामुळे 'मी आता म्हातारी होत चाललीय आणि माझं शरीर मला काही आता साथ देणार नाही,' अशा निराशाजनक मनोवृत्तीत तुम्ही असाल. पण जर तुम्ही या मनोवृत्तीला बळी पडलात आणि शरीराची योग्य ती हालचाल करणं थांबवलं, तर मात्र तुम्ही खरोखरच तुमचं म्हातारपण लवकर ओढवून घ्याल.

वयाच्या अवस्थांना 'मध्यमवयीन' वगैरे विशेषणं लावणं मला अजिबात आवडत नाही, कारण तसं करण्यानी तुम्ही स्वत:वर मर्यादा घालून घेता. पोट सुटलेलं, लिबलिबीत स्नायू झालेली आणि त्वचा मलूल पडलेली पन्नाशीतली माणसं जेव्हा तुम्ही आजूबाजूला बघता, तेव्हा साहजिकच तुम्हाला वाटतं, 'आता पन्नाशी उलटून गेल्यावर दुसरं काय होणार!'

तरुणपणात जितकं शरीर साथ देत होत तितकं आता देत नाही.

वाढत्या वयाबरोबर कमजोर होत जाणाऱ्या शारीरिक क्षमतेचं अर्ध श्रेय शरीराची पुरेशी हालचाल न करणं या गोष्टीकडे जातं.

पन्नाशी उलटलेल्या व्यक्तींपैकी, हृदयाला आणि रक्ताभिसरणाला आवश्यक इतका व्यायाम करणारे फक्त दहा टक्केच लोक आढळतात.

वयाची ५० वर्षं उलटली, की माणसानी स्वत:मध्ये सुधारणा करायला शिकलं पाहिजे– नुसतीच शारीरिक सुधारणा नाही, तर शरीराचा वापर करण्याच्या पद्धतीतही बदल केला पाहिजे. जास्तीत जास्त कार्यक्षम राहण्याच्या दृष्टीने तुमचे प्रयत्न झाले पाहिजेत. निराशाजनक आणि पराभूत मनोवृत्तीला मनात अजिबात थारा देऊ नका; कारण तुम्ही आपल्या प्रकृतीची आणि स्वास्थ्याची अशी काळजी घेऊ शकता की, कुठल्याही वयात चपळ राहू शकता.

जास्तीत जास्त कार्यक्षम होण्यासाठी जास्तीत जास्त हालचाल करा.

तसं पाहिलं तर, भरपूर पूर्वानुभव पाठीशी असल्यामुळे, वाढत्या वयाबरोबर माणूस जास्तच निरोगी असायला हवा. मी पंधरा वर्षांची असताना ऑलिंपिक्समध्ये भाग घेतला होता, पण त्या वेळेपेक्षा आज सत्तेचाळिसाव्या वर्षी मला माझ्या शरीराची जास्त चांगली माहिती आहे, असं वाटतं. आता मी कुठलंही काम तेव्हाच्या मानाने जास्त क्षमतेने मी करू शकते. उदाहरणच द्यायचं झालं तर– पोहण्याच्या ५० मी. बटरफ्लाय या प्रकारात मी १५ वर्षांची असताना पोहत होते, त्याहून जास्त वेगाने आता पोहू शकते.

वयानं वाढत जाणं हे वास्तव आहे, त्याचा सामना करा आणि मार्ग काढा.

येणाऱ्या प्रत्येक वर्षाबरोबर माझं शरीर वेगळं असतं– त्याच्या गरजा वेगळ्या असतात. पाच वर्षांपूर्वी मी जेव्हा मास्टर्स स्विमिंगचा सराव सुरू केला; तेव्हा माझ्या शरीराशी मी जास्तच निर्दयपणे वागत होते, असं मला वाटायचं. आता पाच वर्षांनंतर, माझ्या शरीराकडून थोडं अजून जास्त काम कसं करवून घेता येईल, याचा विचार मी करत असते. हे करताना मात्र माझ्या शरीराची क्षमता, बांधा यांची जाणीव ठेवंत काळजीपूर्वक विचार केला गेला पाहिजे. या

सर्वांचा परिणाम म्हणजे, माझं आयुष्य आता जास्त निरोगी झालंय.

माझ्या वाढत्या वयाबरोबर माझ्या शरीरात जे बदल घडले, ते मला खरंच आवडत नाहीत. आता वाचायला चष्मा लागतो, माझी त्वचा आता पूर्वीसारखी मुलायम राहिली नाही, अंगावर वांग पडू लागले आहेत, माझे सांधे घट्ट झाले आहेत; हे सगळं पचनी पडायला जरा वेळ लागलाच.

मला मी वयस्कर होत चाललेलं आवडत नाही, पण ते वास्तव स्वीकारायलाच हवं– सर्वांनाच यातनं जायचं आहे. आणि जितक्या खात्रीनं उद्याचा सूर्य उगवणार आहे, तितक्याचं खात्रीनं हे माझ्या बाबतीत घडत आहे. या प्रक्रियेला विरोध करून काहीच फायदा नाही, जसा याकडे दुर्लक्ष करणंही उपयोगाचं नाही. म्हणून मी त्याचा सामना करतीये आणि मार्ग काढतीये.

लहानपणापासनं बसलेली घडी

मला वाटतं की, आपल्या कामाच्या आणि व्यायामाच्या पद्धतीची घडी आपल्या बाल्यावस्थेतच बसून जाते. काही मुलं आपल्या भावंडांशी आणि पालकांशी खेळत आणि शारीरिक कसरती करत, मोठ्या कार्यक्षम वातावरणात वाढतात. दुसऱ्या प्रकारच्या मुलांच्या घरी तितकं पोषक वातावरण नसतं किंवा त्यांनाच काही शारीरिक समस्या असतात आणि त्यामुळे ती मैदानी खेळात अथवा शाळेच्या खेळात भाग घेऊ शकत नाहीत.

मी त्या बाबतीत सुदैवीच होते. मी झाडावर चढायचे, सायकल चालवायचे, पोहायला जायचे, नेटबॉल खेळायचे, रस्त्यावर रोलरस्केटिंग करायचे आणि समुद्रात बॉडीसर्फिंग करायचे. शाळेत चालत जायचे आणि शाळेला उन्हाळ्याची सुट्टी पडताच आमचा मुक्काम समुद्रावर असायचा. मग तिथे मी फ्रीजबी खेळायचे, वाळूत मनसोक्त भटकायचे आणि बॉडीसर्फिंग करायचे. याशिवाय सतत तीन वर्षं माझे पोहण्याच्या सरावाचे दहा ते अकरा विशेष वर्ग प्रत्येक आठवड्याला व्हायचे.

पण एवढं सगळं करूनही मी नेहमीच शारीरिक बाजूने तंदुरुस्त होते असं नाही. आयुष्यात कित्येक वेळा असे प्रसंग आले आहेत, की मी बोजड झाल्यासारखं मला वाटायचं. मग परत पूर्वीप्रमाणे तंदुरुस्त होण्यासाठी मी प्रयत्न करायला लागे.

एकंदरीत काय, आयुष्यात नेहमी तुमच्या कामाच्या पद्धतीत बदल होत असतात.

तुमचं बालपण कदाचित अनेक गोष्टी करण्यात व्यतीत झालं असेलही, पण मग मोठेपणी तुमचा बराच वेळ कामासाठी आणि कुटुंबासाठी द्यावा लागत असल्याने तुम्ही थोडं कमी कार्यरत राहता किंवा लहानपणी तुम्ही काहीच व्यायाम केला नसेल, अथवा खेळात भाग घेतला नसेल; पण तरुणपणी कदाचित तुम्हाला नव्याने स्फूर्ती येऊन किंवा बरोबरीच्या लोकांच्या संगतीने, तो पायंडा मोडला असेल.

बैठ्या कामाची सवय मोडण्यासाठी मुहूर्त पाहत बसू नका.

उदाहरणार्थ : मी ज्या मोठ्या लोकांना पोहायला शिकवते, ते लोक आता त्यांच्या कामाच्या पद्धतीत जाणीवपूर्वक बदल करत आहेत. काही जणांनी आपली तंदुरुस्ती वाढवायचा निर्धार केला आहे किंवा एखाद्या जोडप्यास जर दहा वर्षांचं मूल असेल आणि त्याला सर्फिंग करायचं असेल, तर नुसतं किनाऱ्यावर बसून राहण्यापेक्षा पोहायला शिकून त्या मुलाच्या जोडीनं पाण्यात उतरणं ते पसंत करतात. बैठं काम करायची जुनाट सवय मोडायला कुठलाही मुहूर्त लागत नाही आणि हे पुस्तक वाचायला घेतलंत, हे एक सकारात्मक पाऊल तुम्ही उचललेलं आहेत. नियमित व्यायामाची सवय लावून घेतलीत, तर गंभीर व्याधी निर्माण होण्याची शक्यता कमी कमी होत जाते.

साधारणपणे कार्यक्षम असलेल्या व्यक्तींपेक्षा कोचावर लोळत पडणाऱ्या व्यक्तींच्या बाबतीत त्या हृदयविकाराने दगावण्याची शक्यता दुपटीने असते.

साधारणपणे कार्यक्षम असलेल्या व्यक्तींपेक्षा कोचावर लोळत पडणाऱ्या व्यक्ती हृदयविकाराने दगावण्याची शक्यता दुपटीने असते. त्यांना आतड्यांचा कर्करोग, पक्षाघात आणि मधुमेह होण्याची शक्यताही जास्त असते. नैराश्य आणि काळजीने ग्रासलेल्यांनाही नियमित व्यायामाचा भरपूर फायदा होतो.

व्यायाम– नमुनेदार आदर्श लाभणं

आपल्या उतारवयातही आपला जोश ज्यांनी टिकवून ठेवला होता, अशा काही स्त्रिया मला आदर्श म्हणून लाभल्या, हे मी माझं भाग्यच समजते. माझ्या आईने तर मला सतत अचंबित केलंय. माझी आई आणि वडील न्यू साउथ वेल्सच्या उत्तरेला फार आत असलेल्या जागी राहतात. काही वर्षांपूर्वी (तेव्हा ती सत्तरीची होती) तिने स्वत:च्या हातांनी एक दगडांचं घर बांधायचं ठरवलं.

मग रोज ती नदीवर जाऊन, तिला दिवसभरात जमतील तितके नदीतले दगडगोटे गोळा करून ते घरी आणायची. जेव्हा पुरेसे दगड जमा झाले आहेत असं तिला वाटलं, तेव्हा तिनं घर बांधायला घेतलं. माझ्या वडिलांनी तिला घराचा पाया भरायला मदत केली. रोज ती एक बादली सिमेंट कालवायची आणि ते संपेपर्यंत भिंत उभारायची. सुमारे दहा महिन्यांत घराच्या भिंती बांधून झाल्या.

छप्पर घालायला तिनं काही जणांची मदत घेतली. माझ्या वडलांनी तिला खिडक्यांच्या चौकटी बनवून दिल्या. मग तिनं दगडी हौद बांधायचं ठरवलं आणि बांधलाही!

माझी आई समाजसेविका होती आणि साहजिकच त्यामुळे तिचं बरंचसं काम बैठ्या स्वरूपाचं होतं. ती काही मैदानी खेळ खेळणारी खेळाडू नव्हती, पण ती भरपूर बागकाम करायची. १९७० साली तिने योगाभ्यासाला सुरुवात केली. ती टीव्हीसमोर किंवा गप्पा मारताना खाली मांडी घालून बसते आणि तिचा माकडहाडाचा भाग माझ्यापेक्षाही लवचीक आहे. तिच्या हालचाली एकंदरीतच फार रुबाबदार वाटतात.

जेव्हा तिनं झोपडी बांधायचं ठरवलं; तेव्हा स्वत:च्या बळाची आणि कुवतीची मर्यादा ओळखून, त्या मर्यादेत राहूनच काम करून ते तिनं पूर्ण केलं. ती तिला जसं हवं तसं आयुष्य जगते आणि माझ्यासाठी ती एक मोठं स्फूर्तिस्थान आहे.

> कदाचित तुम्ही मैदानी खेळ कधीच खेळला नसाल, पण बागकाम तर केलेलं असेल.

> आपल्या बळाची आणि कुवतीची मर्यादा सांभाळून बरंच काही साध्य करता येतं.

प्रेरणेच्या शोधात

आनंद किंवा यातना यातूनच, आपण जे काही करतो ते करायची प्रेरणा आपल्यापैकी बहुतेक जणांना मिळत असते. यातना टाळायला आणि आनंद मिळवायला माणूस उत्सुक असतो. म्हणूनच काहीतरी अप्रिय घडत आहे, असं लक्षात येताच आपण बदल करतो. आपलं आरोग्य आणि तंदुरुस्ती सुधारण्यासाठी काहीतरी बदल करायला हवा, हे लक्षात येईपर्यंत दुर्दैवाने काही लोकांच्या बाबतीत त्यांची प्रकृती खूपच खालावलेली असते आणि उशीर झालेला असतो.

> आपल्या प्रकृतीत सुधारणा करायला हवी हे लक्षात येईपर्यंत, काही लोकांच्या बाबतीत, ती फार खालावलेली असते.

साधारणपणे आपण चाळिशी गाठेपर्यंत आपली मुलं माध्यमिक शाळेत असतात किंवा घर सोडायच्या बेतात असतात आणि आता आपण स्वत:कडे वेगळ्या नजरेने बघू लागतो. आपण आरशात स्वत:ला बघतो आणि मनात विचार येतो 'अरे देवा, काय दिसतेय मी?

मला काहीतरी केलेचं पाहिजे!' एखाद्या व्याधीचे संकेत मिळायला लागले असतील किंवा कोलेस्टेरॉल वाढलेलं असेल अथवा काहीतरी स्त्रियांना होणारा रोग झाला असेल. कदाचित असंही लक्षात येईल की, या मधल्या काळात आपण खापला टापटीप दिसण्याचा दृष्टिकोनच गमावून बसलो आहोत.

मी जेव्हा मी उलूरू पर्वतांवर चढून गेले, तेव्हा ही धोक्याची घंटा १९९७ साली माझ्या बाबतीत वाजली. मी नक्कीच तंदुरुस्त नाही, हे माझ्या लक्षात आलं. माझे गुडघे जाम दुखले आणि धापही फार लवकर लागत होती. मला तर थोडासा धक्काच बसला. मला अर्ध्या वाटेतच थोडी विश्रांती घ्यायला लागली आणि साठीसत्तरीची माणसं सरळ मला ओलांडून पुढे चालली होती. मी तिथेच बसले आणि चक्क रडले. विचार केला, 'मला काहीतरी ताबडतोब करायलाच हवं.'

हे साहजिकच आहे, पण तरीसुद्धा कित्येक जणांच्या ते लक्षात येत नाही. आपल्या आवडीचं काम असेल, तर तो व्यायाम करायला आपला उत्साह वाढतो. उदाहरणच जर घ्यायचं झालं तर, मला पळण्याचा व्यायाम अजिबात आवडत नाही आणि साहजिकच त्यामुळे तो माझ्या नेहमीच्या व्यायामाचा भाग होऊ शकला नाही. मी व्हॉलीबॉल खेळायला एका पायावर तयार असते, पण नुसतं पळणं मला आवडत नाही आणि मी ते करत नाही.

मला सर्फिंग मात्र फार आवडतं. समुद्राच्या लाटांवर घरंगळत आणि तरंगत जाण्याची कल्पनाच मोठी रम्य आहे. मी काही फार छान सर्फिंग करते, असं नाही; उलट बऱ्याच जणांप्रमाणे मीही बिचकतच ते करते. पण मी सर्फिंगमध्ये कुठलाही धोका पत्करत नाही. समोरून लाट दिसताच मी तिच्यावर स्वार होते आणि तिच्याबरोबर घरंगळत खाली येते, शिवाय कधीकाळी मोठ्या लाटेखालची अर्धगोलाकार पन्हळही पार करू शकते. यात शारीरिक श्रम भरपूर होतातच, पण तितकाच मानसिक तणावही हलका होतो. म्हणूनच मी जमेल तितक्या वेळा सर्फिंग करते.

आपल्याला नक्की कशाची आवड आहे, हे एकदा नक्की ठरवा आणि ते जोमाने करायला लागा. काही लोकांना एकट्याने खेळायचे खेळ आवडतात, तर काहींना इतरांच्या सहवासातले सांघिक खेळ आवडतात. तुम्हाला जर एकट्याने व्यायाम करायला आवडत नसेल, पण त्याचबरोबर चारचौघांत सांघिक खेळही

आपल्याला नक्की कशाची आवड आहे, हे एकदा नक्की ठरवा आणि ते जोमाने करायला लागा.

खेळायचे नसतील; तर आपल्या पतीसह, मैत्रिणीबरोबर किंवा मुलांबरोबर तुम्ही व्यायाम करू शकता. पर्थच्या लेक माँजरभोवती एका बापलेकाच्या जोडीला सकाळी जॉगिंग करताना मी पाहिलं आहे. अनेक वर्षं त्यांचा हा उपक्रम चालू होता आणि तो मुलगा पुढे चांगला मोठाही झालेला मी बघितला. त्या दोघांना असं एकत्र व्यायाम करताना बघून खूप बरं वाटायचं आणि मला खात्री आहे, त्या दोघांनाही त्यांनी तो एकत्रित घालवलेला काळ पुढे आयुष्यभर लक्षात राहील. तेव्हा याच्यात दुप्पट फायदा आहे. व्यायाम तर होतोच, पण तो करताना आपल्या आवडीच्या माणसाचा सहवासही मिळतो.

हालचाल करायचा सराव

कित्येक लोकांना व्यायाम करताना आनंद वाटत नाही, कारण त्यांच्या हालचालींत सुसूत्रता नसते. जेव्हा एखादा प्राणी सहजपणे डौलदार हालचाली करतो, तेव्हा ते पाहायला आपल्याला तर आवडतंच, पण त्या प्राण्यालाही आवडतं. जेव्हा एखादा खेळाडू बॉलिंग करतो, फुटबॉलला किक मारतो, पळतो किंवा पोहतो, तेव्हा ते दृश्य फार सुंदर दिसतं. बिचकत आणि सहज हालचाली करू न शकणाऱ्या एखाद्या खेळाडूच्या हालचालींपेक्षा त्या हालचाली सहज सुंदर वाटतात आणि आपण त्याचा आनंद घेतो.

कुठलाही खेळ नीटपणे शिकून घ्या आणि आपल्या हालचालींत सुसूत्रता आणून आनंद मिळवा.

कुठलाही खेळ नीटपणे शिकून घ्या आणि आपल्या हालचालींत सुसूत्रता आणा (आणि त्या खेळाचा आनंद मिळवा.) कुठल्याही चांगल्या प्रशिक्षकाकडून आपण काही धडे घ्यावेत, असं मी जरूर सुचवीन. तो प्रशिक्षक तुम्हाला काही मूलभूत गोष्टी शिकवेल आणि

त्यामुळे तुमच्या अंगी असणारं नैसर्गिक कसब जास्त प्रगल्भ होईल.

मला वाटतं की वैयक्तिक प्रशिक्षक नेमण्यामागे लोकांचा जास्त कल असण्याचं तेच कारण असावं. शरीराचं काम कसं चालतं आणि त्याच्या हालचाली कशा होऊ शकतात, याचं त्यांना नीट प्रशिक्षण दिलं गेलेलं असतं. तुमच्या शरीराचा नेमका उपयोग करायला ते शिकवतात. हा प्रशिक्षक कायमचाच बाळगायला पाहिजे, असं नाही. प्रथम सुरुवातीला थोडे धडे देण्यापुरता तो हवा, मग तुमचे तुम्हीच मार्ग काढू शकता.

मी बहुतेक वेळेला लोकांना पोहण्याचे पाच धडे देते आणि ते शिकून लोक मग स्वत:चे प्रयोग करू शकतात. मी त्यांना अधिक सफाईने पोहण्याच्या पद्धती दाखवते, मग ते जातात आणि सहा महिने त्याचा सराव करून परत माझ्याकडे नवीन शिकायला येतात. या वेळी तर दोनच तास पुरतात; कारण एक तर ते कसे पोहत आहेत, ते मी बघते आणि काही विसरलं असल्यास आठवण करून देते.

आयुष्यभर विद्यार्थी

माणसाने आयुष्यभर काही ना काही शिकत राहावे, अशा ठाम मताची मी आहे– जीवन हेच विद्यापीठ! जशी मी वयाने वाढले तसं माझ्या लक्षात आलं की, नवीन शिकण्यासारखं नेहमीच काहीतरी असतं. आपल्या शरीराविषयी आणि जगाविषयी माहिती करून घेण्यासारख्या, जाणून घेण्यासारख्या आणि वाखाणण्यासारख्या भरपूर गोष्टी आहेत.

> नवीन गोष्टी मला टवटवीत ठेवतात आणि मी त्या करू शकते, हा विचारच आल्हाददायक आहे.

वयाच्या सेहेचाळिसाव्या वर्षी मी स्कीईंग करायला शिकले. त्या वेळी मला जरा संकोच वाटला आणि माझ्या पार्श्वभागालाही त्याचा खूप त्रास झाला. मी तरुण असताना जेवढा जोम आणि ताकद माझ्यात होती, तितकी आता नसेल; पण माझ्या हालचालींत सुसूत्रता असल्यामुळे माझं काम सोप्पं होतं.

मी त्या हालचाली करू शकते, हा विचारच आल्हाददायक आहे. माझ्या जाणिवा सचेत करून आणि माझ्यापाशी असलेलं कसब उपयोगात आणून मी केलेल्या नवीन गोष्टी मला टवटवीत ठेवतात.

सदैव स्फूर्ती बाळगावी

केवळ आनंद वाटतो, हे एकच कारण आपल्या मनातला व्यायामाचा विरोध घालवायला काही वेळा उपयोगी पडत नाही. मला काही वेळा नुसतं झोपून राहावंसं वाटेल, मित्रमैत्रिणींच्या अड्ड्यात धमाल करत एखाद्या कॅफेमध्ये बसावंसं वाटेल, सिनेमा पाहावासा वाटेल किंवा इंटरनेटवर सर्फिंग करत बसावंसं वाटेल. या सगळ्यावर मात करायची असेल, तर थोड्या अधिक प्रेरणेची गरज आहे आणि ती मिळवायचे काही मार्गपण आहेत.

तुम्ही मित्रमैत्रिणींच्याबरोबरच व्यायाम का करत नाही? त्यामुळे व्यायामापरी व्यायाम होईल आणि गाठीभेटीही होतील. फिरायला जाण्यासाठी मैत्रिणींचं लहानसं मंडळ स्थापन करा, पोहायला जाणाऱ्यांनी आपलं मंडळ स्थापन करावं आणि पोहून झालं की सगळ्यांनी मस्त कॉफी प्यायला जावं.

फिरायला जाण्यासाठी मैत्रिणींचं लहानसं मंडळ स्थापन करा.

वरील उपायांनी व्यायामाबरोबरच करमणूकही होईल आणि इतरांना भेटण्याची बांधिलकी स्वीकारल्याने, व्यायामातही खंड पडणार नाही. तुम्ही किती अवघड प्रकारचे व्यायाम करत आहात किंवा तुम्हाला काय दर्जाची शारीरिक तंदुरुस्ती गाठायची आहे, या गोष्टी गौण ठरून व्यायाम करताना तुम्हाला साथसोबत मिळते आहे, हा यात महत्त्वाचा फायदा आहे.

व्यायामाचा आणि भेटीगाठींचा मेळ घालायचा आणखीन एक उपाय आहे— एखाद्या क्लबचे सभासद व्हा. मी मागरिट रिव्हर ब्रेकर्स या ऑस्ट्रेलियातल्या उत्तम पोहणाऱ्यांच्या क्लबची सभासद आहे. मला एकटीला पाण्यात उतरायचा फार कंटाळा येतो, पण चार लोकांच्या भेटीगाठी होऊन त्यांच्याबरोबर पाण्यात उतरायला सोपं पडतं. क्लबमधल्या सहकाऱ्यांची बांधिलकी हीसुद्धा एक प्रेरणा ठरते. एखाद्या वेळी मी पोहायला गेले नाही, तर नंतर त्यांचे फोन येतात, ''हे काय? काल आली का नाहीस तू? कुठे गेली होतीस?''

मी जर या ब्रेकर्सची सभासद नसते; तर मी जितकी पोहते, तितकी पोहले नसते आणि आत्ता जितकी तरतरीत आहे, तितकी राहिले नसते आणि गंमत म्हणजे पोहण्याचा कार्यक्रम हा आमच्या मंडळींचा जेमतेम साठ टक्के वेळ खातो.

आम्ही बार्बेक्यू करतो, जेवायला जातो आणि कधीकधी वाईन प्यायलाही जातो. तेव्हा या भेटीगाठींनी आपली दिनचर्यासुद्धा आनंदी होते.

> **व्यायाम करताना तुम्हाला साथसोबत मिळाल्याने खूपच फायदा होतो.**

आमच्या ब्रेकर्समधले बरेच जण माझ्याप्रमाणे समुद्रातही पोहायला जातात. दर वर्षी तीन महिने नाराबप बीचवर रविवारी सकाळी ९ वाजता, रॉटनेस्ट चॅनलमध्ये पोहण्याचा सराव करायला आमची मंडळी जमा होतात. सकाळी ९ वा. भेटल्याने बऱ्याच जणांचे डोळे अजून पेंगुळलेले दिसतात, तर काहींची अजून रात्रीची झोप नीट उतरलेली नसते. पण विशेष म्हणजे ऊन असो की वादळ अथवा पाऊस, झाडून सर्व जण येतात. मग सर्व जमून घोष करतात, ''जी डे!'' आणि पोहण्याच्या वेषात पाण्यात उड्या ठोकतात.

सुमारे ६०० मी. पोहून आम्ही एका खडकावर जाऊन बसतो, सर्व जण येण्याची वाट पाहत एक-दोन मिनिटं गप्पा मारतो आणि मग परत वळून बोटीकडे जातो. मग एकदा परत खडकावर जायची टूम काढतो, मग काही 'हो' म्हणतात, तर काही 'नाही' म्हणतात. मग सगळे परत खडकाकडे पोहत जातो.

पोहून झाल्यावर मग आम्ही तासभर कॅफेमध्ये बसून कॉफी पितो किंवा नाश्ता करतो. ही फार मोठी सामाजिक घटना आहे. कित्येक वेळा कुणाच्या बायका, नवरे किंवा मुलंही आमच्या बरोबर येतात. तसं आमचं मंडळ सर्वसमावेशक आहे.

एकमेकांचे अनुभव वाटून घेत झालेली मैत्री फार मोलाची असते. कोणी जलद पोहत असेल, तर कोणी थोडं हळू; पण पाण्यात सगळे सारखेच, कारण आम्ही सगळे एकच अनुभव घेत असतो आणि ती गोष्ट सगळ्यांना एका पातळीवर आणते. प्रत्येकाला सकाळी अंथरुणातून उठून, आपापली कामं करून समुद्रावर यायचं असतं आणि पोहायचं असतं.

स्पर्धा आणि सहभाग

कुठल्याही खेळाच्या प्रकारात काही लक्ष्य ठरवून स्पर्धा केली, तर त्यामुळे चांगला व्यायाम तर होतोच, पण तो करायला माणूस आपणहून प्रवृत्तही होतो. काहीतरी उद्दिष्ट समोर ठेवून आपण काम करतो. तुम्ही चांगले खेळाडू नसाल, तर तुम्हाला कुणाशी स्पर्धा करायला आवडणार नाही. शाळेत असताना भरणारे स्पर्धात्मक खेळाचे मेळावे कदाचित तुम्हाला संकटात टाकणारे वाटले असतील, कारण तुम्ही अव्वल खेळाडूंच्या कामगिरीच्या जवळपासही पोचत नव्हतात आणि त्यामुळे मग यापुढे कधीच स्पर्धेत भाग न घेण्याचं तुम्ही ठरवलं होतंत.

कुठल्याही खेळाच्या प्रकारात काही लक्ष्य ठरवून स्पर्धा केली, तर ती करायला माणूस आपणहून प्रवृत्त होतो.

प्रत्येक जण जिंकू शकत नाही – हे तर आयुष्याचं पूर्ण सत्य आहे. मी ऑलिंपिक स्पर्धेत भाग घेऊन काही जागतिक विक्रम माझ्या नावावर नोंदवलेले

आहेत; त्यामुळे हे सांगायला हिचं काय जातं, असं कदाचित तुम्हाला वाटेल. पण इतरांप्रमाणे मीही प्रत्येक वेळी जिंकत नव्हते.

जिंकण्यासाठी नाही, पण सहभागी होणं महत्त्वाचं.

अर्थात जिंकणं हे केव्हाही चांगलंच असतं. पण निकाल काहीही लागो, स्पर्धात्मक खेळात भाग घेण्याचे इतर फायदे खूप असतात. खेळ शिकून घेणं, त्याचा सराव करणं याचा अप्रत्यक्ष फायदा होतोच; शिवाय स्पर्धेत भाग घेतल्याने आत्मविश्वास वाढून समाधान लाभतं. तेव्हा जिंकणं हा एक भाग झाला, पण सहभाग घेणं महत्त्वाचं आहे. प्रौढांच्या खेळांच्या स्पर्धांत, भाग घेण्यावर जास्त भर दिला जातो.

एक पन्नाशीची स्विस महिला आहे. ती मागरिट रिव्हर ब्रेकरमध्ये पोहते. ती काही मोठी जलद पोहणारी नाही, पण शांतपणे पोहत ती स्पर्धा नक्कीच पूर्ण करते. ऑसी मास्टर स्पर्धेत ती माझ्या टीमबरोबर पोहते. ती हळू पोहते, त्यामुळे आम्ही स्पर्धा जिंकायची शक्यता नसतेच, तरीसुद्धा आम्हाला ती हवी असते; कारण चार जणी एकत्र आल्याशिवाय आम्हाला भागच घेता येत नाही. तेव्हा निकाल काय लागायचा तो लागो – आम्हाला भाग तर घेता येतो.

स्पर्धेसाठी घेतलेल्या प्रशिक्षणाचे आणि त्यासाठी केलेल्या तयारीचे संपूर्ण फायदे तुमच्या शरीराला मिळत असतात.

ग्नाराबप बीचच्या उद्घाटनाच्या स्पर्धेत ती शेवटची आली नाही, पण तिचा नंबर बराच खाली होता. आयोजकांनी काही किरकोळ बक्षिसं ठेवली होती, त्यात तिला प्लॅस्टिकची बाटली मिळाली, तेव्हा ती जाम खूश झाली. कुणालातरी ती सांगत होती, "मी कधीच काही जिंकले नाही." ते बक्षीस मिळाल्याचं तिला फार अप्रूप वाटलं. मला मात्र लाजल्यासारखं झालं.

मला जिंकायची आणि भरपूर बक्षिसं मिळवायची सवय आहे. त्यामुळेच मला स्फूर्ती मिळते आणि उत्साह वाढतो. पण आता माझ्या लक्षात आलं आहे की, कित्येक जण, जे जिंकले नाहीत, त्यांना माझ्यापेक्षा स्पर्धेत भाग घ्यायची जास्त प्रबळ इच्छा असते; कारण त्यांना माझ्याप्रमाणे बक्षिसं मिळण्याची शक्यता नसतानाही

ते हिरिरीने भाग घेतात.

शेवटी काय, स्पर्धेत भाग घेण्यापूर्वीची तयारी स्पर्धेत क्रमवारी मिळण्यापेक्षा तुमच्या दृष्टीने महत्त्वाची आहे. सध्या मी पोहण्याच्या राष्ट्रीय चमूसाठी लहान मुलांना शिकवत आहे. त्यातल्या बऱ्याच जणांना ऑलिंपिकमध्ये भाग घेण्याची इच्छा आहे, पण सगळेच जाऊ शकतील असं नाही. पण प्रत्येक जण सारख्याच अनुभवातनं जात आहे. या पूर्वतयारीचा सर्वांनाच फायदा होणार आहे. ऑलिंपिकच्या टीममध्ये जागा मिळो अथवा न मिळो, पण या तयारीचा त्यांना शारीरिक दृष्टीने आणि आरोग्याच्या दृष्टीने खूपच फायदा होईल.

माझा सध्याचा व्यायामाशी संबंधित उपक्रम

स्पर्धांकरिता तयारी करणं हा सर्वांत मोठा उद्योग मी करते. दर सहा महिन्यांनी भरणाऱ्या मास्टर्स स्पर्धांकरिता मी तयारी करते, तसंच समुद्रात पोहण्याच्या काही स्पर्धांत मी भाग घेते. माझं लक्ष्य निश्चित करून मी त्याकरता तीन ते सहा महिने देते. माझ्या आयुष्याची नीट घडी बसवायला आणि माझ्या कामकाजाची आखणी करायला याचा मला उपयोग होतो. अर्थात हे सर्व माझ्या कामाच्या व्यापावर आणि प्रवासाच्या वेळापत्रकावर अवलंबून असतं.

आपल्या निर्धारित उद्दिष्टाला अनुकूल अशी व्यायामाची आखणी केल्याने तुमचा उत्साह आणि ईर्षा वाढते. स्पर्धेत भाग घेणं हेच तुमचं अंतिम ध्येय असू नये. मनाला आनंद देणाऱ्या आणि शरीराला व्यायाम घडवणाऱ्या कुठल्याही गोष्टीत भाग घ्यावा. मग तो जंगलामध्ये लांबपर्यंत फिरायला जाण्याचा बेत असो, नाहीतर आठवड्यातनं एकदा मित्रांबरोबर टेनिस खेळण्याचा बेत असो! निर्धारित लक्ष्य गाठल्याबद्दल स्वत:ला दिलेली बक्षिशी ही झाली वरकमाई!

> आपल्या निर्धारित उद्दिष्टाला अनुकूल अशी व्यायामाची आखणी केल्याने तुमचा उत्साह आणि ईर्षा वाढते.

पोहायला शिकवणं हे माझं काम असल्याने मी दररोज पोहतेच. मी कधी समुद्रात तर कधी पोहण्याच्या तलावात पोहते. अर्थात हे सर्व हवामानानुसार आणि मी कुठे आहे, यावर अवलंबून असतं. मला गार पाणी सहन होत नाही; त्यामुळे समुद्रात मी चाळीस ते पन्नास मिनिटं पोहू शकते, तर तलावात मात्र तास-दीड तास सहज पोहते.

एक महत्त्वाची गोष्ट मी गेल्या दीड वर्षापासून करायला सुरुवात केली आहे, ती म्हणजे शरीरविज्ञानतज्ज्ञ टॉम मॅककुक आणि मील्टन नेल्म्स यांनी खास माझ्यासाठी बनवलेल्या पोहण्याच्या व्यायामाचा मी सराव चालू केला आहे. हे व्यायामाचे प्रकार योगा, पिलाटेस आणि इतर शास्त्रशुद्ध शारीरिक हालचाली

यांच्यावर आधारित आहेत. मी एकटीच व्यायाम करताना, तो योग्य प्रकारे व्हावा, म्हणून टॉमनी दिलेली डीव्हीडी लावते. व्यायाम करताना जर योग्य रीतीने हालचाल झाली नाही, तर इजा होण्याचाच संभव असतो. सर्व व्यायाम पाऊण तासात करून होतो. त्यातले काही प्रकार टीव्हीवरती जाहिराती चालू असताना मी रोज करते. सर्व व्यायाम मी आठवड्यातनं सुमारे चार वेळा तरी करते, मात्र तेव्हा टीव्ही लावत नाही, इतर दिवशी थोडे थोडे करते.

या व्यायामांनी माझं शारीरिक आरोग्य खूपच सुधारलं आहे. माझा लवचीकपणा, चपळाई यांच्यात खूपच वाढ झाली आहे. गेल्या दीड वर्षात माझ्या आरोग्याला फार मोठी उत्तेजना मिळाली आहे. मी जरी रोज पोहत असले किंवा चालायला जात असले, तरी या जास्तीच्या व्यायामांनी माझ्या तंदुरुस्तीत फरक पडला आहे.

घरी असते, तेव्हा मी घोड्यावर बसते किंवा आठवड्यातून बऱ्याच वेळा समुद्रात सर्फिंग करते. पण मी माझ्या कामासाठी भरपूर प्रवास करत असल्याने मला माझा व्यायामाचा कार्यक्रम लवचीक ठेवायला लागतो. प्रवासाला निघताना मी माझे पोहण्याचे कपडे आणि चष्मा घेते आणि जर समुद्राच्या जवळ जाणार असेन, तर सर्फबोर्डपण घेते. तुम्ही चालायचे बूट, पोहण्याचा पोषाख, गोल्फ खेळायचं साहित्य बरोबर घेऊन जाऊ शकता. जरी घरापासून दूर असलात, तरी व्यायाम केला पाहिजे, हे महत्त्वाचं!

आयुष्यभराची तंदुरुस्ती

१९८३ साली माझ्या तिसऱ्या मुलाला – टॉमला – मी अंगावर दूध पाजत असताना मला या आयुष्यभराच्या तंदुरुस्तीचं महत्त्व लक्षात आलं. नुकतंच बाळंतपण आटोपलं आहे, मुलाला पाजण्यासाठी पुरेसं दूध यायला पाहिजे, रात्ररात्र जागून काढावी लागते; अशी ती फार नाजूक अवस्था असते. थोडक्यात म्हणजे तुम्ही तुमच्या देहाची अगदी परीक्षा बघता.

सुरुवातीला साधी पंधरा मिनिटं चालायला जाण्यासाठीही आधी बरीच तयारी लागायची.

नर्सिंग मदर्स असोसिएशनद्वारा निघणाऱ्या बातमीपत्रांनी मला सुरुवातीला पुष्कळ धीर दिला. त्यांनी दिलेला एक महत्त्वाचा सल्ला होता की, आई होण्यासाठी बाईला पूर्णपणे तंदुरुस्त असणं आवश्यक आहे. माझ्या एक लक्षात आलं, की मला जर माझ्या मुलांची एक उत्तम माता व्हायचं असेल, तर मी माझ्या तंदुरुस्तीचा आणि कार्यक्षमतेचा एक विशिष्ट दर्जा सांभाळलाच पाहिजे. माझा तो दर्जा नव्हता, कारण मी कसंबसं दिवसभरातलं काम उरकायचे.

म्हणून मी तंदुरुस्त व्हायचं ठरवलं. तो थंडीचा मोसम होता, त्यामुळे बाहेर जायला अडचण यायची, शिवाय तीन-तीन मुलांचं आवरताना मला नकोसं व्हायचं. सुरुवातीला साधी पंधरा मिनिटं चालायला जाण्यासाठीही आधी बरीच तयारी करावी लागायची. मग मी माझ्या शरीराला झेपेल आणि त्रास होणार नाही, अशा पद्धतीने घरातच दहा जोर आणि दहा बैठका मारायला सुरुवात केली. दोन आठवड्यांतच मला इतकं बरं वाटायला लागलं, की तेव्हाच मी मनाशी निश्चय केला, की यापुढे आयुष्यात कधीही तंदुरुस्तीबाबत इतका हलगर्जीपणा करायचा नाही.

दिनचर्येला पूरक असे व्यायाम

मला माझ्या दिनचर्येला पूरक असे व्यायाम करायला आवडतात. माझं आयुष्य खूप धावपळीचं आहे आणि व्यायाम हा त्यातला फक्त एक भाग आहे. फक्त व्यायाम केल्यानंच तुम्हाला निरोगी आणि निकोप वाटतं असं नाही. त्यासाठी तुम्ही तुमच्या बागेत तासभर झटून काम करू शकता, तुमचं घर रंगवू शकता किंवा सकाळचं वर्तमानपत्र आणायला मैलभर चालत जाऊ शकता. तुमची दिनचर्या किती व्यग्र आहे, हे महत्त्वाचं.

मला पुरेसा व्यायाम होईल, अशी माझी दिनचर्या मी आखते. पोहायला जाताना मी गाडीने न जाता चालत जाते आणि येते. गेले वर्षभर मी मागरिट नदीवरच्या गावात राहात आहे. इथे सर्व दुकानं चालायच्या अंतरावर आहेत. आता मी एकदम, आठवड्याची सर्व सहा पिशव्या खरेदी न करता दिवसाआड दोन पिशव्या घेऊन येते.

पोहायला जाताना मी गाडीने न जाता चालत जाते आणि येते.

मी करत असलेल्या व्यायामानी मी निरोगी तर राहतेच आणि त्यामुळे मला आनंदही मिळतो, शिवाय इतर फायदेही होतात. मी राहते, त्या फ्लॅटच्या भोवती छोटीशी बाग आहे, त्यामुळे माझे हात मातीत फारसे मळत नाहीत. पण मी जेव्हा घोड्यावर रपेट मारते, तेव्हा मी निसर्गाच्या सानिध्यात जाते आणि ते अस्वच्छ, मातकट वातावरण मला जमिनीवर आणतं.

मी एका नव्या उमद्या घोड्याला शिकवत आहे, त्यामुळे मला खूप सावध असायला लागतं, नाहीतर दुखापत होण्याची शक्यता असते. माझ्या जुन्या भरवशाच्या घोडीवर रपेट मारताना मी वेगवेगळ्या प्रकारे हालचाली करते आणि माझ्या

कमीतकमी हालचालींनी तिला कशा सूचना देता येतील, ते बघते. अश्वारोहण हे फार संवेदनशील असून त्यात घोड्याबरोबर तुमच्या मानसिक आणि शारीरिक तारा जुळणं फार गरजेचं आहे.

माझ्या सर्व हालचालींत सिनर्जी (सुसूत्रता) असते. चालण्याने आणि पोहण्याने माझा चपळपणा आणि ताकद टिकून राहते, ताणाचे व्यायाम केल्याने शरीर लवचीक राहतं, योगाभ्यास आणि पिलाटेसमुळे संयम आणि स्थिरता मिळते. अश्वारोहणामुळे मला माझ्या शरीराची जाणीव वाढवायला मदत मिळते आणि नंतर मी जेव्हा सर्फिंग करते, तेव्हा या सर्वांचा मला एकत्रित उपयोग होतो आणि प्रत्यक्षात माझी तंदुरुस्ती कशी आहे, याची प्रचिती येते.

उपयुक्त आरोग्य

माझ्या दृष्टीने मला जे करावंसं वाटतं, ते माझ्या शरीराला करता येणं, यालाच मी वस्तुत: आरोग्य म्हणते. समजा मला एखादा महत्त्वाचा फोन येणार असेल आणि मला जिन्यावर धावत जाऊन फोन उचलायचा असेल, तर माझे गुडघे न वाकता अथवा दुमडता मला तो फोन जिन्यावर उड्या मारत, धावत जाऊन घेता आला पाहिजे. तसं नाही झालं, तर मला मी शेळपट आणि दुबळी झाल्यासारखं वाटेल. भर उन्हात काही खाण्याचं सामान खरेदी करायला दुकानात जाताना मला जर न दमता आणि न धाप लागता जाता आलं, तर मी निरोगी आहे असं मी समजेन.

सरतेशेवटी मला समाजासाठी काही करता आलं पाहिजे आणि त्याच्यावर चांगला प्रभाव पाडता आला पाहिजे. ते करत असताना मला माझा अभिमान वाटला पाहिजे आणि माझ्या आयुष्याचा आनंद घेता आला पाहिजे. तेव्हा हे सर्व करता येण्याइतपत आरोग्यसंपदा सांभाळणं हा माझा प्रेरणास्रोत आहे.

मी पहिलं महत्त्वाचं मास्टर्स पोहण्यासाठी पॅन पॅसिफिक या स्पर्धेत भाग घेतला होता. यामध्ये अनेक जपानी स्पर्धकांनी भाग घेतला होता. काही जपानी बायका तर सत्तर-ऐंशी वर्षांच्या होत्या, पण तरीसुद्धा त्यांची शरीरं कणखर होती, हालचाली सहजसुंदर होत्या आणि पाठीचा कणा ताठ होता. त्यांची त्वचा सुरकुतलेली होती आणि पायाचे स्नायू लिबलिबीत झाल्यासारखे वाटत होते, पण तरीसुद्धा त्या चपळ होत्या. तलावात सफाईने सूर मारत होत्या आणि त्यांच्या हालचाली वेगवान

मी कार्यक्षम राहीन इतपत माझी प्रकृती सांभाळणं, ही माझ्या व्यायाम करण्यामागची प्रेरणा आहे.

डौलदार होत्या. तलावातनं सहजपणे बाहेर पडायच्या आणि जिन्याच्या पायऱ्यांवर सफाईने चढउतार करायच्या. बुटाचे बंद बांधायला अगदी सहजपणे त्या वाकत होत्या आणि मागच्या व्यक्तींशी बोलायला मान वळवून मागे बघू शकत होत्या.

तसं पाहिलं तर या अगदी सोप्या गोष्टी आहेत, पण तरीसुद्धा वयाच्या ऐंशीव्या वर्षी त्या करता येतीलच, असं गृहीत धरता येत नाही. या वयात आपली इतकी कार्यक्षमता जपलेल्या या म्हाताऱ्या पाहून माणसाला साहजिकच प्रेरणा मिळते. मीसुद्धा ऐंशीव्या वर्षी असंच होण्याचं ठरवलं आहे.

वयाच्या ऐंशीव्या आपली कार्यक्षमता आणि लवचीकपणा जपलेल्या या म्हाताऱ्या पाहून माणसाला साहजिकच प्रेरणा मिळते.

या घटकेला माझं पोहणं पूर्वी कधीही नव्हतं इतकं जास्त कलात्मक आहे, असं मला वाटतं. तांत्रिक दृष्टीने आणि शास्त्रोक्त दृष्टीने पाहता माझं पोहणं आता जास्त सरस आहे. माझ्या वयाचा विचार करता हा खूपच चांगला काळ आहे. मी पायऱ्या सफाईने चढून जाऊ शकते, पटकन खाली वाकून काही उचलू शकते. माझ्या हालचालींत सफाई आणि डौलदारपणा आहे. मी खाली वाकते, तेव्हा पाठीत कुठे दुखणार नाही अथवा लचकणार नाही, याची मला खात्री असते.

कार्यक्षमतेचा पिरॅमिड

लोकांनी रोज काय खावं, याकरता आहारतज्ज्ञांनी आहाराचा पिरॅमिड आखलेला आहे, हे कदाचित तुम्हाला ठाऊक असेलही. ठीक आहे, तर मग तंदुरुस्ती आणि आरोग्य यांविषयक मार्गदर्शन करायला आणखीन एक पिरॅमिड आहे. या पिरॅमिडचं नाव आहे कार्यक्षमतेचा पिरॅमिड. बॅक फिट या सिडनी इथल्या संस्थेच्या जिम वॉल्श यांनी ह्या पिरॅमिडची आखणी केलेली असून, त्याचा AOK हेल्थ या संस्थेने प्रसार केला आहे.

ह्या पिरॅमिडप्रमाणे आपली प्रकृती जर सांभाळली, तो एक प्रकारचा शारीरिक विमाच ठरेल. यामुळे इजा होणं आणि आजार लांब राहतील आणि तुम्हाला ज्या काही शारीरिक हालचाली करायच्या असतील, त्या करता येतील.

पिरॅमिडच्या टोकाला तुमची कार्यक्षमता – हाती घेतलेलं काम प्रत्यक्षात करणं – आहे. मग ती धावत जाण्याची शर्यत असो, समुद्रकाठी खेळायचं क्रिकेट असो, पाण्यातल्या कसरती असोत किंवा बागेत नवीन वाफे करायचे असोत, यासारखं

जे काही शारीरिक काम तुम्हाला करायचं असेल, ते करता आलं पाहिजे. तुमची शारीरिक कार्यक्षमता ज्या पाच महत्त्वाच्या गोष्टींवर अवलंबून असते, त्या कार्यक्षमतेच्याखाली पिरॅमिडमध्ये दिलेल्या आहेत.

आपली शारीरिक कार्यक्षमता आणि तंदुरुस्ती टिकवण्यासाठी या पिरॅमिडच्या पाचही पातळ्या सुस्थितीत ठेवल्या पाहिजे. आपल्या ताकदीवर आणि मनोबलावरच सगळं निभावून नेण्याचा प्रयत्न करू नये. भक्कम शारीरिक स्थिती, लवचीकपणा आणि सुस्थिरपणा नसेल, तर हव्या त्या गोष्टी तुम्ही करू शकणार नाही.

भक्कम शारीरिक स्थिती, लवचीकपणा आणि सुस्थिरपणा हे आपल्यासाठी पायाभूत आहेत.

साधं लवचीकपणाचंच उदाहरण देते. मी मास्टर्स स्पर्धेकरता पोहायला सुरुवात केली; तेव्हा सुरुवातीला पोहण्यासाठीच्या उंचवट्यावरून उडी मारते वेळी, माझ्या कमरेत किंवा गुडघ्यात काहीतरी लचकणार, असं सारखं मला वाटायचं. तेव्हा माझ्या लवचीकपणाकडे लक्ष देणं मला भाग पडलं, कारण मला अपेक्षित होत्या, तितक्या पल्ल्याच्या माझ्या हालचाली क्यायला हव्या होत्या. अर्थात फक्त लवचीकपणाच सर्व काही आहे असं नाही. काही वेळा फार हालचाल करणंही

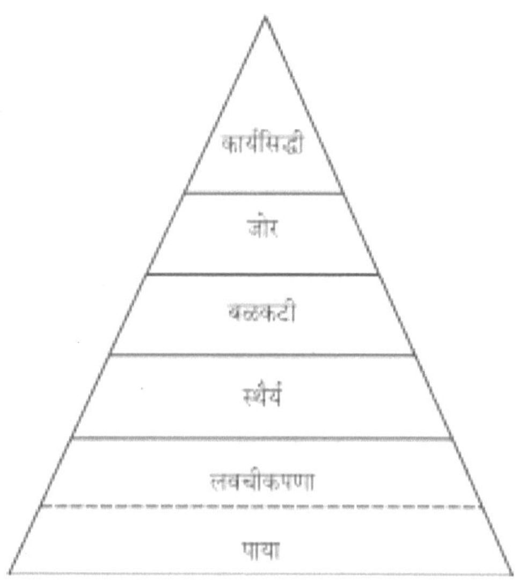

घातक असतं, कारण त्यामुळे कमरेतल्या आणि खांद्यांतल्या स्नायूंवर ताण पडतो.

उत्तम शारीरिक बांधा हा कार्यक्षमतेच्या पिरॅमिडचा मूलभूत पाया आहे. तो जर मजबूत नसेल, तर तुमच्या अस्तित्वाशी तुम्हाला तडजोड करावी लागेल. स्नायू, हाडं, सांधे आणि मज्जारज्जू, चपळ हालचाली आणि ताठ कणा यांसारख्या सर्व गोष्टी हेच निरोगी बांधा असण्याचं लक्षण आहे.

चांगल्या सवयी लावून घेतल्या, तर तंदुरुस्तीचा पाया घालता येतो. आपला आहार सकस असेल, याची काळजी घेतली पाहिजे. स्नायू बळकट होण्याकरता आहारात प्रथिनं हवीत, तसंच हाडं मजबूत होण्याकरता कॅल्शियमसुद्धा आहारात असायला हवं. पाठीत पोक येणार नाही, याची काळजी घ्यायला हवी. बैठं काम करत असताना मधेच थोडा वेळ काढून ताणाचे व्यायाम केले पाहिजेत. जेव्हा थकवा आला असेल, तेव्हा विश्रांती घेतली पाहिजे.

शरीरातल्या लवचीकपणाबरोबर भक्कमपणाही असायला हवा. कटिभागाच्या खालचे अवयव आणि वरच्या शरीराची हालचाल केल्याने भक्कमपणा वाढतो. हात लांब करून पटकन काहीतरी हाताने पकडायची क्रिया सुरू व्हायला कटिभागातल्या स्नायूंची ताकद आणि सूक्ष्म

हालचाल कारणीभूत असते आणि प्रत्यक्ष हाताची हालचाल सुरू होण्यापूर्वीच तिची सुरुवात होते.

पोटाच्या आतले स्नायू हे पाठीच्या कण्याला आधार देतात. ते बोटीच्या सुकाणूंसारखे असतात. शरीराला स्थैर्य, आधार आणि उत्तम नियंत्रण देण्याचं ते काम करतात. त्या स्नायूंना व्यायाम देणं हे सकाळी दात घासताना एका पायावर उभं राहण्याइतकं सोपं आहे.

सांधे बळकट करण्यासाठी त्यांच्या भोवतालचे स्नायू सचेत करणं गरजेचं असतं. आधुनिक काळातल्या संशोधनाने पाठीचा कणा हा फार महत्त्वाचा आहे, हे सिद्ध झालं आहे. तसंच पाठीशी संबंधित भागाला इजा होऊ न देणं आणि झाल्यास

त्यावरील उपचार या बाबीही संशोधनात अधोरेखित करण्यात आल्या.

शरीर भक्कम करायचं असेल; तर प्रथम स्नायू, सांधे आणि मज्जारज्जू निरोगी राहतील याची काळजी घ्या. याखेरीज आपल्या हालचाली सहज सुलभ होतील आणि पाठीत पोक आलेलं नसेल, याचीही काळजी घ्यावी. शरीर पुरेसं लवचीक असणं महत्त्वाचं आहे, कारण स्नायूंतील असमतोलामुळे सांध्यांवर ताण पडेल.

व्यायामशाळेत व्यायाम करणाऱ्यांना ताकदवान आणि बलदंड व्हायचं तर असतंच, पण रुबाबदारही दिसायचं असतं. त्यासाठी ते हातापायाच्या आणि छातीच्या बाहेरच्या स्नायूंचे व्यायाम करतात आणि ते बळकट करतात. हे करताना ते शरीराचा सर्वांगीण भक्कमपणा, लवचीकपणा आणि बळकटी या गोष्टींकडे दुर्लक्ष करतात आणि नुसतेच लॉबस्टरसारखे फुगीर दिसतात; पण त्यांना दुखापती होण्याची जास्त शक्यता असते. त्यांच्या स्नायूंचं फक्त बाह्य आवरण टणक असतं, पण आतून ते बळकट नसतात. त्यांना जरा एका पायावर उभं करून हळूच धक्का मारा आणि बघा, ते खालीच कोसळतील.

पिरॅमिड हे तंदुरुस्तीकरता एक महत्त्वाचं साधन आहेच पण चांगल्या अनुभवी प्रशिक्षकांकडून मार्गदर्शन घेणंही तितकंच महत्त्वाचं आहे. सर्वसाधारणपणे बायकांनी शरीराच्या बळकटीवर भर दिला पाहिजे, तर पुरुषांनी लवचीकपणावर. शरीरातल्या स्नायू आणि हाडांची सांगड अशा प्रकारे झाली पाहिजे की, शरीराला आतून उभारी वाटली पाहिजे आणि बाहेर जोम वाढायला हवा. यालाच स्थैर्य म्हणतात आणि हा या पिरॅमिडचा पाया आहे.

शरीराला बळकटी आणण्याचे मार्ग—

- स्विस बॉल
- योगाभ्यास
- पिलाटेस
- तोल सांभाळायचा सराव
- बळकटी वाढवण्यासाठी करावयाचा कुठलाही व्यायाम

छान वाटतंय!

१९७२ सालच्या म्युनिक ऑलिंपिक्समध्ये भाग घेतल्यानंतर मी पोहण्याच्या स्पर्धांत भाग घेणं बंद केलं. तेव्हा मी नुकतीच सतरा वर्षांची झाले होते. खडतर प्रशिक्षण घेत सारखं स्पर्धात्मक वातावरणात वावरण्यात मला आता मजा वाटत नव्हती, म्हणून मी बदल करायचं
ठरवलं.

पहिले सहा महिने मी विशेष
असं काहीच केलं नाही, पण त्यामुळे
मला फार विचित्र वाटायला लागलं.
सकाळी बिछाना सोडवत नव्हता आणि
दिवसभर मी जांभया देत आळसावल्यासारखी असायचे. माझ्या मेंदूला पुरेसा रक्ताचा पुरवठा न झाल्याने तो मंदपणे काम करत होता आणि मलाही बधिर झाल्यासारखं वाटायचं. माझे स्नायू शिथिल पडले होते आणि वजनही वाढलं होतं.

पायाभूत आरोग्य टिकवायचं असेल, तर चांगल्या सवयी लावून घेतल्या पाहिजेत.

मी सुस्तावले होते आणि साहजिकच नेहमीपेक्षा उत्साह कमी वाटून आनंद मिळत नव्हता. मी नकारात्मक विचारांकडे झुकत चालले होते. आता आत्मपरीक्षण करण्याचा विचार मनात येऊ लागला.

मग मी सर्फिंग करायला लागले. माझा एक मित्र होता. (पुढे तो माझा नवरा झाला.) तो सर्फिंग करायचा. मग मीही त्याच्याबरोबर जाऊन सर्फिंग करू लागले. समुद्रावर जाऊन तास-दोन तास सर्फिंग केल्यानं मला आता बरं वाटू लागलं होतं.

हाच प्रकार नंतरही माझ्या आयुष्यात झाला होता. स्वस्थ बसून राहिल्याने मला ढेपाळल्यासारखं वाटतं आणि स्वच्छपणे विचारही करता येत नाही. निरोगी आणि चपळ राहिल्यानं फार बरं वाटतं. मी आता चटकन विचार करू शकते, माझी स्मरणशक्ती आणि सकारात्मक विचार करण्याची पद्धत अधिक चांगली आहे. दिवसभरात करायची कामं मी अधिक परिणामकारकरीत्या करू शकते. पूर्वीसारखी मी आता बिचकत नाही आणि जीवन आता जास्त आनंददायी झालं आहे.

तुम्ही कार्यक्षम असता, तेव्हा तुमचा आत्मविश्वास वाढलेला असतो. तुमच्या आयुष्यावर तुमचं चांगलं नियंत्रण असतं आणि त्याचा तुमच्या आचरणावर परिणाम होऊन तुमचा आत्मसन्मान वाढतो. व्यायाम केल्यानं वजन कमी होतं, शरीर अधिक सचेत होतं आणि सत्कृत्य करत असल्याची भावना मनात येते. स्वत:विषयी चांगली भावना होते आणि तुम्ही जीवनाविषयी सकारात्मक विचार करू लागता.

माझं वैवाहिक जीवन जेव्हा संपुष्टात आलं, तेव्हा मी पार निराशाग्रस्त झाले होते. यावर मात करायचा एकच मार्ग, म्हणजे स्वत:ला जास्तीत जास्त कामात व्यग्र ठेवायचं. आपल्याला बरं वाटायला कारणीभूत असणारं एन्डॉर्फिन नावाचं हार्मोन व्यायाम केल्यानी शरीराला मिळतं आणि त्याचा निराशेवर मात करायला चांगला

उपयोग होतो. व्यायाम करायला तुम्ही घराबाहेर पडता, इतर गोष्टी बघता, ऐकता, इतर लोकांच्या कहाण्या ऐकता आणि त्यामुळे स्वत:विषयी फार दु:ख करत बसत नाही.

नैराश्य येण्याने आपल्या आयुष्यात काहीतरी बदल करायची गरज असल्याचा संदेशच मिळतो. औषधांनी निराशेवर मात करता येते, पण म्हणून काही कायमची औषधंच घेत बसायचं नाही. निरोगी राहण्याकरता, व्यायाम करून दिनचर्येत बदल करण्यासह काही बदल करणं फायदेशीर ठरतं.

पन्नाशीनंतरचं आरोग्य आणि स्वास्थ्य

एक सुवार्ता आहे की, तुम्ही कार्यक्षम होण्यासाठी केव्हाही सुरुवात करायला हरकत नाही, उशीर झालेला नसतो; असा निष्कर्ष अनेक ठिकाणच्या अभ्यासावरून काढता येतो. पन्नाशीनंतर करायच्या साध्या हलक्या व्यायामांचे प्रचंड फायदे होतात. उदा :

- हृदयरोग, मधुमेह आणि आतड्याचा कॅन्सर यासारखे गंभीर आजार बळावण्याचा धोका कमी होतो.
- कोलेस्टेरॉल आणि रक्तदाब कमी होतो.
- काळजी आणि निराशा कमी होऊन प्रसन्न वाटतं.
- वजनावर नियंत्रण राहून तुम्ही सुदृढ राहता.
- स्नायू, सांधे आणि हाडं कायमची बळकट होतात.
- सध्याच्या प्रकृतीविषयक किरकोळ तक्रारींचं निवारण होतं आणि त्या परत उद्भवत नाहीत.
- जीवनशैलीचा दर्जा उंचावतो आणि अकाली मरण येण्याची शक्यता दुरावते.

वाढत्या वयाबरोबर आपले स्नायू वजनाने आणि आकाराने कमी-कमी होत जातात. मध्यम वय उलटून गेल्यानंतर सर्वसाधारणपणे दर दहा वर्षाला तीन किलो स्नायू वजनाने घटतात. अर्थात ही घट होण्यामागे वयापेक्षाही बैठं काम जास्त जबाबदार आहे. वयस्क व्यक्तींनी व्यायाम केल्यास त्यांच्या स्नायूंच्या वजनात वाढ होऊ शकते.

सत्तर वर्षांचा सक्षम माणूस हा बैठं काम करणाऱ्या तीस वर्षांच्या व्यक्तींइतकाच सक्षम असतो. कार्यरत असणाऱ्या व्यक्तींची दर वर्षी सुमारे अर्धा टक्का शारीरिक घट होते, तर नसणाऱ्यांची ती दोन टक्के होते.

नियमित व्यायाम केल्याने स्नायूंच्या वस्तुमानात वाढ होतेच, शिवाय कॅलरी खर्च होऊन चयापचय सुधारतं.

लट्ठपणामुळे हृदयरोग, मधुमेहासारखे अनेक रोग बळावण्याची शक्यता असते. वयाच्या चाळिशीनंतर हाडांची घनता कमी होऊ लागते आणि पन्नाशीनंतर ही क्रिया अधिक वेगाने होते. याच कारणामुळे वयस्क व्यक्तींची हाडं मोडण्याची शक्यता जास्त असते. वजन उचलण्याचे व्यायाम केल्याने सशक्त आणि निरोगी राहायला मदत होते.

तुमच्या शरीरातले सांधे लवचीक आणि सक्षम राहण्यासाठी त्यांची नियमित हालचाल होणं आवश्यक आहे. लवचीकपणा टिकून राहावा म्हणून करायचे व्यायाम नियमितपणे केल्यास स्नायूबंध आणि कुर्चा यांसारख्या मऊ पेशींना बळकटी येते आणि इजा होण्याची शक्यता दुरावते.

वजन उचलण्याचे व्यायाम केल्याने सशक्त आणि निरोगी राहायला मदत होते.

तुमचं वय कितीही असो; थोडीफार दमछाक करणारे व्यायाम जर नियमितपणे केले, तर हृदयाचं आणि फुप्फुसांचं आरोग्य सुधारतं. तरुण माणसापेक्षा वयस्क व्यक्तींना याचे फायदे थोडे उशिरा दिसतील, पण दोघांनाही सारखेच फायदे मिळतील.

असा एक समज सर्वत्र पसरलेला पाहायला मिळतो की, फक्त दमछाक करणाऱ्या आणि दीर्घ काळ केलेल्या व्यायामांचाच फायदा होतो. या गैरसमजापायी

कित्येक जण व्यायामाची सुरुवात करण्यापासून दूर राहिले आहेत. सुदैवाने हे खरं नाही. साधारणपणे केलेल्या शारीरिक कसरतींमुळेही लक्षणीय फायदा होऊ शकतो.

ऑस्टिओपोरॉसिस – हाडं ठिसूळ होणं

ऑस्टिओपोरॉसिस हा एक हाडांच्या रोगाचा प्रकार आहे, ज्यात हाडं ठिसूळ होतात आणि त्यामुळे ती मोडण्याची शक्यता वाढते. हाडांचा कणखरपणा हळूहळू कमी होत जातो. अनेकदा या रोगाची सूचक लक्षणं सुरुवातीला न दिसता तो रोग बळावल्यावरच लक्षात येतो. एकदा का याची लागण झाली, की साधं पडलं तरी हाड मोडतं.

साठी उलटलेल्या दर दोन स्त्रियांपैकी एकीची हाडं या रोगाने मोडतात.

ऑस्टिओपोरॉसिस हा बायकांना खराखुरा धोकादायक ठरतो. साठी उलटलेल्या दर दोन स्त्रियांपैकी एकीची हाडं या रोगाने मोडतात. ऑस्टिओपोरॉसिसने हाड मोडणं हे वयस्क लोकांच्या बाबतीत आजाराचं, दीर्घ काळ येणाऱ्या अपंगत्वाचं आणि मृत्यूचंही कारण ठरतं. २०२० सालापर्यंत ऑस्ट्रेलियातल्या हॉस्पिटलमधल्या एक तृतीयांश खाटा हाड मोडलेल्या बायकांनी व्यापलेल्या असतील.

हाडांना बळकटी आणण्यासाठी व्यायाम फार महत्त्वाचा आहे. हाडांना बळकटी येण्यासाठी शारीरिक हालचालींच्या ताणाची गरज असते. नियमित व्यायाम केल्याने हाडं मजबूत होतात आणि ठिसूळ पडत नाहीत. तुमचे स्नायू दणकट राहतात, सांधे लवचीक होतात, शरीराचं संतुलन नीट राहतं आणि पडण्याची किंवा इजा होण्याची शक्यता दुरावते.

ऑस्टिओपोरॉसिसचा प्रादुर्भाव टाळण्यासाठी थोडासा आघात करणारे, ताकद वाढवणारे, वजन उचलण्याचे आणि सुसूत्रता व संतुलन वाढवणारे व्यायाम करायचा सल्ला 'ऑस्टिओपोरॉसिस ऑस्ट्रेलिया' ही संस्था देते. व्यायाम नियमित आणि सतत केला पाहिजे, कारण तो चालू असेपर्यंतच त्याचा फायदा मिळतो.

संतुलन

वयस्क स्त्रियांना व्यायामाचा महत्त्वाचा फायदा होतो, तो म्हणजे त्या धडपडण्याचं प्रमाण खूप कमी होतं. व्यायामाने संतुलन वाढतं आणि हालचालींत सुसूत्रता येते, साहजिकच त्यामुळे धडपडण्याचं प्रमाण कमी होतं आणि कटिभागाचं हाड मोडण्याच्या आणि इजा होण्याच्या प्रमाणात लक्षणीय घट होते.

आपलं संतुलन नीट आहे का, हे तपासून बघावं. मेंदू गरगरेल अशी कृती करून परत पूर्ववत सुखरूपपणे स्थिर होण्याचा प्रयत्न करावा. हे वरचेवर केल्यास मेंदूला त्याची सवय होईल.

व्यायामाचा महत्त्वाचा फायदा म्हणजे खाली पडण्याचे प्रकार होत नाहीत.

खाली जमिनीवर झोपून उजव्या आणि डाव्या बाजूला कुशीवर पटकन वळून किंवा दोन्ही गुडघे छातीपाशी धरून, पुढेमागे झोका देऊन तुम्ही हे करू शकता.

आपलं डोकं कमरेच्या खालपर्यंत वाकवून परत सरळ करून बघायलाही हरकत नाही. दोन्ही कोपरं आणि गुडघ्यांवर आधार देऊन वाकावं किंवा योगाभ्यासातली श्वानमुद्रा करावी. झोपाळ्यावर झोके घेणं, पाण्यात सूर मारणं यांसारख्या क्रिया करून आपलं संतुलन वाढवता येतं.

मोठ्या चेंडूवर बसल्यानं किंवा तत्सम क्रिया केल्यानं आपला तोल जाऊ शकतो. स्विस बॉल – मोठ्या आकाराच्या चेंडूवर बसून सराव केल्यास तुमचं संतुलन वाढवून शरीर स्थिर करण्यास मदत होऊ शकते. आपल्या व्यायामाच्या वेळेतला काही भाग अथवा टेबलावर काम करताना, जेवताना किंवा टीव्ही बघताना स्विस बॉलवर बसावं, म्हणजे आपोआपच संतुलनाचाही सराव होत राहील.

कटिभागातले स्नायू

स्त्रिया व्यायाम करायचा थांबवतात याचं दुर्दैवाने एक मोठं कारण मूत्राशय पाझरणं आहे. जलद गतीनं चालताना, टेनिस खेळताना अथवा ॲरोबिक्स करताना, आपलं मूत्राशय पाझरणार नाही, याची खात्री तुम्ही देऊ शकत नाही. गोल्फसारखा खेळ खेळताना आयत्या वेळेस आपल्याला विश्रांतीस्थानापर्यंत जाता येईल का, ही सुद्धा मनात धास्ती असते. तेव्हा मूत्राशयावर चांगला ताबा असणं हे फार महत्त्वाचं आहे.

बाळंतपणामुळे किंवा वाढत्या वयामुळे हे व्हायचंच, अशी मनाशी समजूत करून घेऊन बहुतेक बायका यावर काही उपचार करायचं टाळतात. पण तसं न समजता यावर उपाय केल्यास खात्रीने फायदा होतो. स्त्रियांना आपलं नेहमीचं सक्रिय आयुष्य जगता यावं, यासाठी काही उपाय करता येण्यासारखे आहेत. वजन कमी करणं,

मूत्राशयावर नियंत्रण ठेवता येणं सहज शक्य असतं, हे व्हायचंच, अशी समजूत करून घेऊ नका.

कटिभागाच्या स्नायूंना बळकटी देणारे व्यायाम करणं, मूत्राशयावर नियंत्रण ठेवण्याचा सराव करणं आणि आपल्या दिनचर्येत थोडाफार फेरबदल करणं, या उपायांनी मूत्राशयाची समस्या आटोक्यात आणता येते. तुमचं वजन जास्त असेल, तर लघवीवर ताबा ठेवणं अवघड जातं; कारण प्रत्येक जास्तीचं किलोचं वजन तुमच्या मूत्राशयावर वाढता दाब देत असतं.

कटिभागाचे नियमितपणे करायचे व्यायाम स्त्रियांनी केल्यास ह्या लाजिरवाण्या गोष्टीपासून सुटका करून घेता येते.

कटिभागाचं आवरण स्नायू आणि पेशींच्या थरांनी बनलेलं असतं. हे आवरण एखाद्या कापडी झोपाळ्याप्रमाणे मागून माकडहाडापासून सुरू होतं आणि जांघेपाशी येऊन मिळतं. या आवरणामुळे मूत्राशय, गर्भाशय आणि मोठ्या आतड्याला आधार मिळतो. मूत्राशयाकडून मूत्र वाहून नेणारी नलिका, योनी आणि गुदद्वार हे सर्व या कटिस्नायूंमधनं बाहेर निघतात साहजिकच मूत्राशय, मलाशय आणि वैषयिक भावना यांच्यावर नियंत्रण ठेवण्यात या स्नायूंचा मोठा हात असतो.

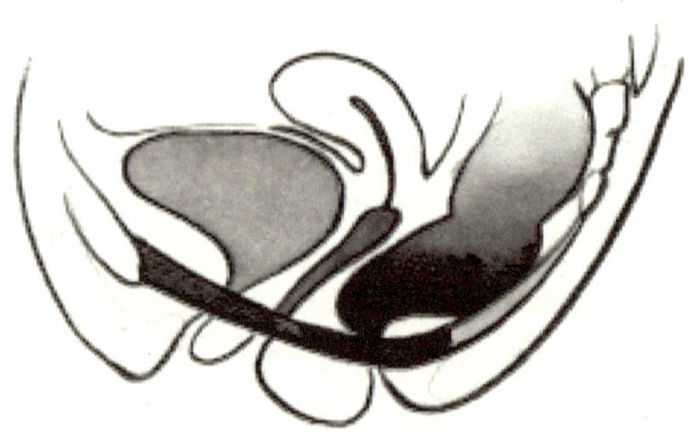

कटिभागातल्या स्नायूंचा
भक्कम आधार

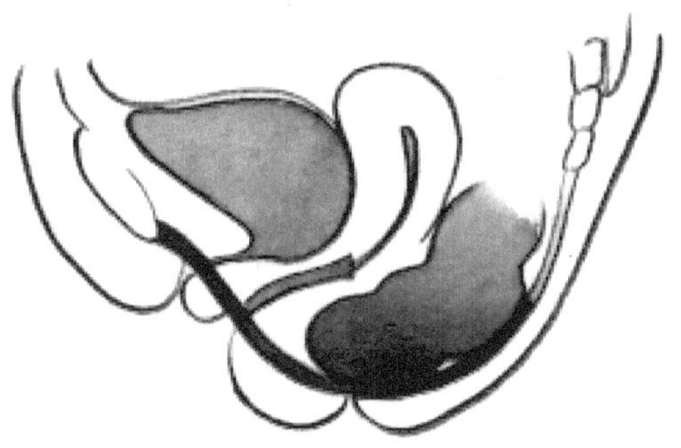

कटिभागातल्या स्नायूंचा कमकुवत आधार

कटिस्नायूंची जागा निश्चित करण्यासाठी खाली जमिनीवर पाठीवर झोपून दोन्ही गुडघे वाकवा. आता या स्नायूंची जागा निश्चित करण्यासाठी प्रथम गुदद्वाराजवळचा भाग आवळा. (चारचौघात पादण्याचा प्रसंग टाळण्यासाठी केली असती अथवा घाईची लागल्यावर करतो, ती क्रिया) मात्र आपले कुल्ले आवळून घेऊ नका. आता सैल सोडा आणि आरामात झोपा आणि काय फरक वाटतो ते बघा.

आता गुदद्वार,योनीमार्ग आणि मलाशयाच्या आसपासचा भाग आवळून घ्या. (जोराची लघवी लागल्यावर ती होऊ नये म्हणून करतो ती क्रिया) शक्य होईल तितका वेळ आवळून ठेवा आणि मग सैल सोडा.

आता परत ही क्रिया करताना, ती किती वेळ करू शकतो, हे बघण्यासाठी आकडे मोजा. जर तुमचे स्नायू कमकुवत असतील, तर तुम्ही दोन सेकंदच आवळून धरू शकाल; पण मजबूत असतील आणि चांगलं नियंत्रण असेल, तर मात्र दहा सेकंदांहून जास्त काळ आवळून धरू शकाल. स्नायू आवळून धरल्यावर जर आतल्या बाजूस वरती सरकणारी संवेदना जाणवली, तर स्नायू बळकट आहेत असं समजा; पण जर फक्त बारीकसा चिमटा जाणवला, तर ते कमजोर आहेत हे नक्की. हे करताना तुम्हाला ओटीपोटातही थोडासा ताण जाणवेल, कारण तिथले स्नायूही कटिभागाच्या स्नायूंबरोबर आकसले जातात. योनीत एक अथवा दोन बोटं घालून तुम्ही हे स्नायू चाचपून बघू शकता. जर स्नायू बळकट असेल, तर बोटावर दाब येईल आणि ती आत ओढली जात आहेत, असं वाटेल.

उपयोगात आणा, नाहीतर गमावून बसा!

कुठल्याही स्नायूला बळकटी यायला तीन ते चार महिने लागतात, तेव्हा तुमचे कटिभागाचे व्यायाम चालूच ठेवा. एकदा स्नायूंना बळकटी आली की, ती तशीच टिकवून ठेवण्यासाठी रोज व्यायाम चालूच ठेवा. ज्या स्नायूंचा उपयोग केला जात नाही, तो कमजोर पडतो. साधं काही दिवस अंथरुणात पडून राहिलं, की पायातला जोर नाहीसा होतो. ह्या कटिभागाच्या व्यायामाचा दैनंदिन करायच्या इतर काही कामांशी संबंध लावून ठेवा उदा – सकाळची अंघोळ, चहाचं आधण होण्याची वाट बघणं, कपडे वाळत टाकणं, धुतलेली भांडी जाग्यावर ठेवणं किंवा कसल्यातरी रांगेत उभे राहणं, म्हणजे तो नियमितपणे होईल.

> **ह्या कटिभागाच्या व्यायामाचा दैनंदिन करावयाच्या इतर काही कामांशी संबंध लावून ठेवा. उदा : चहाचं आधण होण्याची वाट बघणं.**

शिंकणं, वजन उचलणं, उतारावरून चालत जाणं किंवा अगदी साधं खुर्चीवरनं उठणं यांसारख्या कठीण प्रसंगी अनेक प्रकारच्या स्नायूंचा उपयोग करावा लागतो. सतत सराव करून मेंदू आणि स्नायू यांच्यात एक प्रकारचा दुवा तुम्ही निर्माण करता. त्यामुळेच जेव्हा मोठी शिंक येते, तेव्हा कटिभागाचे स्नायू हवे तसे आकुंचन पावतात.

जर तुम्हाला मूत्राशयाच्या समस्येची लक्षणं जाणवायला लागली असतील, तर एखाद्या तज्ज्ञ डॉक्टरचा, शरीरोपचार करणाऱ्या प्रशिक्षित व्यक्तींचा अथवा नर्सचा सल्ला घ्या; म्हणजे ते तुमच्या समस्येनुसार तुम्हाला व्यायामाचा कार्यक्रम आखून देतील.

मधुमेह

रक्तामध्ये जास्त प्रमाणात साखर साठण्याचा मधुमेह हा चिवट विकार आहे. यातला प्रकार दोनचा मधुमेह (वयस्क लोकांना होणारा मधुमेह) हा सर्वत्र आढळून येणारा मधुमेहाचा प्रकार आहे आणि विकसित आणि विकसनशील देशांना ही समस्या भेडसावत आहे. भारतातल्या सुमारे ३.३ कोटी लोकांना – लहान आणि मोठ्या – मधुमेहानी ग्रासलं असावं, असा एका पाहणीचा निष्कर्ष आहे. याचं कारण काय? जीवनमानातला आणि आहारातला बदल, आयुष्यमानातील वाढ आणि वाढता स्थूलपणा.

आळस, सकस आहाराचा अभाव आणि स्थूलपणा, या सर्व गोष्टींच्या एकत्रित परिणामांनी प्रकार दोनचा मधुमेह होतो.

दुसऱ्या प्रकारच्या मधुमेहात शरीरात इन्शुलिन तयार होत असतं, पण ते एकतर पुरेसं नसतं किंवा त्याचा नीट उपयोग होत नसतो. यामुळे कर्बोदकं, चरबी आणि प्रथिनांचं पचन यातलं संतुलन बिघडतं आणि शरीराच्या कार्यपद्धतीवर

विपरीत परिणाम होतो. खास करून रक्तवाहिन्या आणि मज्जारज्जूंवर हा दुष्परिणाम दिसतो. याचा दृश्य परिणाम म्हणजे रक्तवाहिन्यांना इजा होणं, दृष्टिदोष आणि हृदयरोगासारखे विकार सुरू होणं. प्रकार दोनच्या मधुमेहाचा चयापचयातल्या बिघाडाशी संबंध जोडलेला असतो आणि रक्तदाब, स्थूलपणा आणि कोलेस्टेरॉलमध्ये वृद्धी यांसारखे अनेक दुष्परिणाम यामुळे दिसून येतात. माणसाला मरणाच्या दारात नेणाऱ्या रोगांच्या यादीत मधुमेहाचा सातवा क्रमांक आहे आणि त्याची फार झपाट्याने लागण होत आहे.

प्रकार दोनचा मधुमेह हा आधुनिक राहणीमानाचा परिणाम आहे. आळस, सकस आहाराचा अभाव आणि स्थूलपणा, या सर्व गोष्टींचा एकत्रित परिणाम या रोगाला आमंत्रण देतो. सध्यातरी यावर काही उपाय सापडलेला नाही; पण सकस आहार घेणं, शारीरिक हालचाल करणं, यासारख्या निरोगी राहणीमानाचा अवलंब करून त्या रोगाला प्रतिबंध करता येतो. निरोगी आणि सक्षम होण्यासाठी हे एक छान निमित्त आहे.

प्रकार दोनचा मधुमेह असणाऱ्या व्यक्तींना क्रमशः ताकद वाढवणाऱ्या व्यायामाचा, फार चांगला उपयोग होतो, असं आधुनिक संशोधन सांगतं. नियमित व्यायामाने रक्तातल्या ग्लुकोजचं प्रमाण कमी होतं आणि स्नायूंचं आकारमान वाढून ताकद वाढतं, शरीरातली चरबी कमी होते आणि आत्मविश्वास वाढतो.

ज्यांना प्रकार दोनचा मधुमेह आहे किंवा होण्याची दाट शक्यता आहे, त्यांच्यासाठी खूशखबर –

- रक्तातलं साखरेचं प्रमाण कमी केल्यास येणाऱ्या तक्रारी कमी होतात.
- रक्तातलं साखरेचं प्रमाण कमी केल्यास, ज्यांना हा मधुमेह होण्याची शक्यता आहे, त्याच्या बाबतीत तो टळू शकतो.
- स्नायूंचा आकार वाढल्यानं चयापचय सुधारतं (जास्तीची ऊर्जा खर्च होते), वजनात घट होते आणि चपळपणा अंगी येतो.

व्यायाम कोणीही करावा

तुमच्या माकडहाडाचं नुकतंच ऑपरेशन झालेलं असेल किंवा तुमचा गुडघा नीट काम करत नसेल, तर अशा अवस्थेत व्यायाम करावा का नाही, असा पेच तुमच्यापुढे पडू शकतो; तर त्याचं उत्तर आहे, तुम्ही तरीही व्यायाम करू शकता. फक्त जे काही कराल ते, विचारपूर्वक करा. व्यायामशाळा तुमच्या कामाची नाही, पण पोहण्याचा विचार करायला हरकत नाही.

माझ्या वडिलांचं गुडघ्याचं ऑपरेशन झालं होतं, तेव्हा मी त्यांच्यासाठी दोन सूपचे डबे विकत घेतले. ''हे डबे काही सूप पिण्यासाठी तुम्हाला आणलेले नाहीत.'' मी त्यांना बजावलं, ''तुमचे गुडघे बरे होईपर्यंत तुम्ही कोचात बसून असणार, तेव्हा हे उचलून हाताचे व्यायाम करा. पोटाचे व्यायाम करून ते स्नायू बळकट करा आणि जो पाय चांगला आहे, तो उचलून त्याला व्यायाम द्या.''

मी त्यांच्यासाठी वाळूने भरलेल्या बारक्या पिशव्या केल्या. त्या घोट्यावर ठेवून त्यांना गुडघा उचलून पायाची हालचाल करायला सांगितलं. तुमचं वय किंवा

अवस्था कशीही असली, तरी काहीतरी व्यायाम करता येण्यासारखा असतोच. माणसाचं वय कितीही असो, त्याचं शरीर नेहमीच व्यायामाला प्रतिसाद देतं आणि त्याचे फायदे तर अमाप असतात.

जुनाट रोगांनी ग्रस्त असल्यामुळे (गंभीर स्वरूपाची सांधेदुखी, हाडं ठिसूळ होणं किंवा हृदयाशी संबंधित विकार) ज्यांच्या शारीरिक हालचालींवर बंधन आलेलं आहे, अशा वयस्क लोकांनी डॉक्टरचा अथवा शरीरशास्त्रातल्या तज्ज्ञाचा सल्ला घ्यावा. हे दोघं मिळून खास तुमची गरज भागवू शकणारा, सुरक्षित, आरोग्यवर्धक आणि आनंददायी असा व्यायामाचा कार्यक्रम तुमच्यासाठी आखू शकतील.

केव्हा, किती वेळ आणि किती दमणूक करणारा?

व्यायामाची वेळ मी विचारपूर्वक ठरवते. कोणाचीही भेट घेण्याची वेळ मी सकाळी उशिराची ठरवते, त्यामुळे मला माझ्या व्यायामासाठी वेळ देता येतो. मला शिकवण्याची खूप आवड आहे, त्यामुळे त्यासाठी मी पटकन वेळ आणि लक्ष देऊ शकते. महत्त्वाचं म्हणजे मला स्वत:ला त्यासाठी पाण्यात उतरायला लागत नाही. रात्री मी अर्धा तास लवकर झोपायला जाते, म्हणजे मला दिवसभराची कामं सुरू करण्यापूर्वी एक तास पोहायचा व्यायाम करता येतो.

मी शक्यतो दिवसाचे, फार तर काही दिवसांचे कार्यक्रम अगोदर आखते. कधी कधी मी जास्त व्यायाम करायचं ठरवते, मग साहजिकच माझी दमणूक होणार, हे मला आधीच ठाऊक असतं. मी दोन वेळा व्यायाम करायचं ठरवते आणि म्हणून मला दुपारची झोप काढायची असते, अशा वेळी मी फार कामं करायची ठेवत नाही. काही वेळा मी तीन दिवसांनी भरपूर व्यायाम करायचं ठरवलेलं असतं, मग मी त्या आधी तीन दिवस भरपूर झोपून घेते.

जशी आपण आहाराची काळजी घेतो, तशीच व्यायामाची घेतली पाहिजे. व्यायाम हा आपल्या दिनचर्येचा भाग बनला पाहिजे. व्यायामशाळेत जाऊन तासन्तास घाम गाळला किंवा मैलोन्मैल पळालं म्हणजेच व्यायाम केला असं होत नाही. थोडा योगाभ्यास, पिलाटेस, ताणाचे व्यायाम अथवा अर्धा तास चालणं/पोहणं यांपैकी काहीही केलं तरी चालेल.

रोज अर्धा तास व्यायाम केला तर उत्तमच! विशेषत: जर तुम्ही बैठं काम करणारे असाल, तर नक्कीच करायला हवा, मात्र तो रोज केला पाहिजे. जर रोजच्या रोज तुम्हाला भरपूर कामं करावी लागत असतील, मुलांना सांभाळावं लागत असेल, वजन उचलायची आणि वाकायची कामं करावी लागत असतील, दिवसाचे काही तास घर साफ करण्यात जात असतील किंवा मोठ्या बगिच्यात काम करावं लागत असेल तर गोष्ट वेगळी आहे – मग अर्धा तास व्यायाम केला तरी पुष्कळ झाला.

> **काहीही झालं तरी व्यायामासाठी नियमित वेळ दिला गेला पाहिजे.**

काहीही झालं तरी व्यायामासाठी नियमित वेळ दिला गेला पाहिजे. हृदयाचे ठोके फार जलद पडलेच पाहिजेत असं नाही. सर्वसाधारण तापमान असताना, व्यायाम करतेवेळी जर थोडासा घाम आला, तर माझा पुरेसा व्यायाम झाला असे मी समजते. मी २०-२५ मिनिटं व्यायाम केल्यावर मी काही घामाने निथळत नाही, तर मला किंचितसा घाम फुटतो, हृदयाचे ठोकेही फार जलद गतीने पडत नाहीत. व्यायामानंतर माझ्या हृदयाचे ठोके साधारणपणे मिनिटाला १२५ ते १३५ पडतात.

> **व्यायामाची वेळ मी विचारपूर्वक ठरवते.**

मी जर मऊ वाळूत चालत असले किंवा चढावर जात असले, तर थोडीशी हळू चालते; तेच सपाटीवर चालताना मी जरा भरभर चालते. काही वेळा मी हृदयाचे ठोके मोजणारा मापक लावून व्यायाम करते, म्हणजे मी योग्य ती हृदयगती सांभाळून व्यायाम करू शकते. प्रथम जेव्हा मी चालायला सुरुवात केली, तेव्हा मला माझ्या हृदयाच्या ठोक्यावर नियंत्रण ठेवणं अवघड जात होतं. कधी मी भरभर चालायचे, तर कधी फारच हळू चालायचे. प्रथम व्यायामाला सुरुवात केली, तेव्हा योग्य ती गती सांभाळत व्यायाम करणं, मोठं अवघड काम वाटायचं.

माझ्या मते, व्यायाम करायला सर्वांत उत्तम वेळ सकाळी नाश्त्यापूर्वीची असते. सुरुवातीला नेहमीच्या उठायच्या वेळेआधी अर्ध्या तासाचा गजर लावा. झोपायला थोडा कमी वेळ मिळतो आहे, असं तुम्हाला कदाचित वाटेलही. माझ्या असं लक्षात आलं आहे की, आपण जरी नेहमीच्या वेळीच झोपलो, तरी सकाळी उठून व्यायाम केल्यावर तुमच्या अंगी चैतन्य येतं आणि सगळा दिवस उत्साहात जातो. साहजिकच त्या जास्तीच्या अर्ध्या तासाच्या झोपेची तुम्हाला गरज भासत नाही.

सकाळी दात धुण्याप्रमाणे, व्यायाम हा तुमच्या दिनचर्येचा भाग बनला पाहिजे.

सकाळी उठल्या-उठल्या प्रथम व्यायाम केला की, मग इतर काही कामामुळे व्यायाम बुडायची शक्यता कमी असते. नंतर दिवसभरात वेळ मिळालाच तर सर्फिंग, बोलिंग, स्क्वॉश किंवा व्हॉलीबॉल यांसारखा खेळ खेळून जास्तीचा व्यायाम करू शकता.

सकाळी दात धुण्याप्रमाणे किंवा अंघोळ करण्याप्रमाणे, व्यायाम हा तुमच्या दिनचर्येचा भाग बनला पाहिजे. तुम्ही रोज अंघोळ करता, दात घासता तसंच सकाळी उठल्यावर व्यायाम करून आणि आपलं रक्ताभिसरण सुधारून आपला उत्साह वाढवा.

कामात रहा, कामातनं जाऊ नका!

युरोपात व्यायामाच्या आधुनिक उपकरणांचं प्रदर्शन भरलं होतं आणि त्याविषयक एक अहवाल मी रेडिओवर ऐकला. या उपकरणांवर टीव्ही लावायची नवीन टूम आता निघाली आहे. व्यायाम करताना टीव्हीचे कार्यक्रम किंवा केबलवरचे सिनेमे बघता आले पाहिजेत, हा त्यामागचा उद्देश.

पण माझ्या मते हे व्यायामाच्या उद्देशाच्या विरुद्ध आहे. जेव्हा तुम्ही व्यायाम करता, तेव्हा तुमचं लक्ष तुमच्या देहावर केंद्रित असलं पाहिजे. तुम्ही व्यायाम करताना अंतर्मुख असायला पाहिजे. मी तर नेहमी म्हणते 'वर्क इन' करा, नेहमी म्हणतात तसं, 'आउट नको'. हे काय चाललंय? तुमचं ध्यान देहावर केंद्रित आहे,

का बाहेर भटकत आहे? ऐकणं, दिसणं, वास घेणं यांसारख्या बाह्य जाणिवांनी लक्ष विचलित होऊ देण्यापेक्षा, ते जास्त आतल्या जाणिवांवर केंद्रित करा.

चालत असताना कधी तुम्हाला गार हवा जाणवेल तर कधी गरम, त्याशिवाय वाहणाऱ्या हवेची झुळूकही जाणवेल.

प्रत्यक्षात तुम्हाला एकाच जाणिवेची दखल घ्यायची आहे– ती म्हणजे स्पर्श, त्वचेच्या दाबबिंदूंनी संवेदित केलेल्या संवेदना. तुमच्या त्वचेला जाणवलेली संवेदना, मग ती गार हवेची असो अथवा सिल्क शर्टाच्या स्पर्शाची असो. चालत असताना कधी तुम्हाला गार हवा जाणवेल तर कधी गरम, त्याशिवाय वाहणाऱ्या हवेची झुळूकही जाणवेल. पाण्यात असताना अंगाला पाण्याचा प्रवाह जाणवेल. जोरात पोहतानाचा स्पर्श हा हळू पोहल्यावर जाणवेल त्यापेक्षा वेगळा असेल. या सर्व गोष्टींची तुम्ही मनातल्या मनात दखल घेतली पाहिजे.

आपल्या शरीरातल्या प्रत्येक अवयवाचं, आपल्या पूर्ण शरीराच्या संदर्भनि, कुठे स्थान आहे, याची सूक्ष्म जाणीव तुम्हाला असली पाहिजे. म्हणजेच मी जेव्हा भिंतीला हात लावायला जाते, तेव्हा माझा हात किती लांब आहे आणि खांद्याच्या संदर्भनि तो कुठे आहे, याची खात्रीची जाणीव मला हवी. नाही तर मला वाटायचं की माझं डोकं पुढे कलंडत आहे. पण माझ्या शरीराच्या संदर्भनि ते नेमकं कुठे आहे, याची जाणीव असल्यामुळे, मी माझं डोकं लगेच खांद्यांच्या वर आणते.

तीच गोष्ट आपल्या शरीराच्या तोलाचं भान ठेवण्याची असते. जेव्हा तुम्हाला आपण उजवीकडे पडत आहे असं वाटतं, तेव्हा तुम्ही तुमचं वजन डाव्या बाजूला सरकवून तोल सांभाळता. स्विस बॉल हे याचा सराव करायला फार उपयोगी असतात, कारण त्यावर बसल्यानंतर सतत तुम्हाला तोल सांभाळत बसायला लागतं. मी जेवताना आणि टेबलापाशी काम करताना या बॉलवर बसूनच काम करते, कारण त्यामुळे मला तोल सांभाळायची प्रेरणा मिळते.

व्यायाम करतेवेळी तुम्ही जणू काही तुमच्या शरीरात असलं पाहिजे.

व्यायाम करताना तुमच्या आंतरसंवेदना सचेत पाहिजेत आणि त्यांचं भान तुम्हाला हवं. व्यायाम करताना टीव्ही बघत असलात, तर तुमच्या बाह्य

जाणिवांचा प्रभाव असताना, तुमच्या आंतरसंवेदनांकडे तुम्हाला पुरेसं लक्ष देता येणार नाही. एकदा आपल्याला प्रामुख्याने जाणवणाऱ्या आंतरसंवेदनांची आपण नोंद घेतली; की त्यांच्याकडनं आपल्याला, आपण करत असलेल्या कामाचा आणि त्यात होत असलेल्या प्रगतीचा वृत्तान्त समजतो आणि साहजिकच आपला आनंद वृद्धिंगंत होतो. यामुळे आपल्याला आपलं कसंब आणखीन सुधारण्यास मदत होते – आनंदी होण्याचं आणखी एक कारण!

आपल्या दैनंदिन जीवनाबर बाह्य संवेदनांचा फार प्रभाव पडलेलं असतो. फोन, टेलिव्हिजन, सततचा गोंगाट, वाहतुकीची वर्दळ, दृश्य गोष्टींचा भडिमार, आजूबाजूला पसरलेलं सिमेंटचं जंगल, माणसांची गर्दी आणि सततची धावपळ अशा वातावरणात आपण आपलं जीवन जगत असतो. ह्या सर्व गोष्टी आपल्या संवेदनांवर भडिमार करत असतात आणि परिणामी आपला शक्तिपात करत असतात. या असल्या गोष्टींचा मुकाबला करण्यात आपण आपलं बरंचसं मनोबल खर्च करत असतो.

मन:शांती मिळवायला जसं आपण ध्यान लावून बसतो, तसा व्यायाम केला पाहिजे. अहंपणा आणि स्वार्थी वृत्तीचा त्याग करून, स्वत्वाची ओळख पटवून घेतली पाहिजे. यासाठीच आपल्या आंतरजाणिवांकडे आपण लक्ष पुरवलं पाहिजे. बाह्य संवेदनांना रजा द्या आणि जर खाजगी प्रशिक्षक ठेवणार असाल, तर त्याला तुमच्या आंतरसंवेदना जास्त सचेत होतील, असा कार्यक्रम आखायला सांगा.

कार्यरत असताना ध्यानधारणा

मला ध्यान लावून बसणं पसंत नाही. मी फार चुळबुळी आहे, त्यामुळे मी कार्यरत असतानाच माझं ध्यान लागलेलं असतं. बाह्यसंवेदनांपेक्षा आंतरसंवेदनांकडे जास्त लक्ष दिल्यानं तुम्ही वास्तवात येता. मला वाटतं ध्यानधारणेचा हाच उद्देश असतो – वास्तवात येणं!

काही लोकांना व्यायाम करताना आपली विचारशक्ती बंद ठेवावीशी वाटते. काही वेळा मी चालायचा व्यायाम करत असताना, मला एखादी समस्या सोडवायला किंवा त्या दिवसाचे कार्यक्रम आखायला आवडतात. पण हे करताना जर मी भरकटत चालले आहे, असं वाटलं, तर मी परत माझ्या आंतरसंवेदनांकडे परत फिरते. स्वत:भोवतीच मन गुंतवून ते जागृत ठेवायचं, ही फार अवघड गोष्ट आहे. आपल्या जाणिवा केव्हाच विरघळून जातात. पण स्वत:चं भान ठेवून राहिल्याने,

एक चांगली कार्यक्षम हालचाल आपण करू शकतो.

मी सध्या एकहार्ट टोले यांचं 'द पॉवर ऑफ नाऊ' हे पुस्तक वाचत आहे. माझ्या एक लक्षात आलं आहे की; जेव्हा मी गतकाळाचा किंवा भविष्याचा विचार करते, तेव्हा मी फार काळजीग्रस्त होते. परत वर्तमानात येण्याविषयी आणि काळजी करत न बसण्याविषयी, मला स्वतःला बजावायला लागतं. भविष्याकरता योजना जरूर आखा; पण काय होईल, त्याची काळजी करत बसू नका. आपल्या संवेदना परत जाग्यावर आणून, इथून पुढे जात राहण्यासारखी दुसरी गोष्ट नाही.

निसर्गाचा आनंद

नैसर्गिक वातावरणात, स्वच्छ ताज्या हवेत श्वासोच्छ्वास करत व्यायाम करण्यासारखी चांगली गोष्ट नाही. मला माझ्या घोड्यावर जंगलात रपेट मारायला आवडते, कारण माझी तंदुरुस्ती राखत असतानाच मी तेव्हा निसर्गाशी सुसंवाद साधत असते. याच कारणासाठी मला समुद्रात पोहायला आवडतं आणि मी उन्हाळा येण्याची वाट बघत असते. झाडंझुडपं असलेल्या मोकळ्या हिरव्यागार वातावरणात व्यायाम केल्यानं मनावरचा ताण दूर होऊन ते शांत होतं.

अनेक धारदार कडा असलेल्या कृत्रिम वातावरणात आपण राहत असतो. निसर्गाचं मात्र तसं नाही. तिथे धारदार कडा फार थोड्या आढळतात; बाकीच्या सर्व छान वळणदार, मुलायम, चैतन्य देणाऱ्या असतात.

आपण व्यायाम अस्थिर वातावरणात आणि असमतोल जागी करायला हवा, त्यामुळे स्थैर्य आणि संतुलनाच्या जाणिवा सचेत होतात. मऊ वाळूत चालणं, खडकाळ जागी खडबडीत पदपथावर फिरणं केव्हाही चांगलं. सपाट रस्त्यावर चालण्यापेक्षा गवतावर चालल्यानं तोल सावरायचा सराव होतो. नैसर्गिक गोष्टींचा नेमका अंदाज बांधता येत नाही, तर मानवनिर्मित गोष्टींचा तो सहज बांधता येतो आणि त्यामुळेच आपल्या संवेदना मंद होतात. आपण निसर्गाचाच एक भाग असून त्याच्यापासूनच निर्माण झालो आहोत. निसर्गाचा अनुभव घेत त्यात राहिल्याने, आपलं त्याच्याशी नातं जोडलं जातं आणि आपणही त्याचाच एक भाग आहोत हे पटतं.

ज्यानं तुम्हाला चांगलं वाटतं ते खा!

मी माझ्या आहाराच्या बाबतीत जागरूक आणि चोखंदळ आहे. माझ्या वयाच्या अनेक बायका या वयात आपल्या आहाराविषयी थोड्या ढिल्या पडतात आणि भरकटतात. माझ्या आहारात मी अनेक प्रकारचे पदार्थ उपयोगात आणले आणि आता सरतेशेवटी मी कमी कर्बोदकं असलेला आहार घेणं पसंत करते. मुख्यत: मी मला आवडणारे पदार्थ खाते आणि मला विचाराल, तर कमी कर्बोदकं असली म्हणजे झालं.

मी जर फार कर्बोदकं खाल्ली, तर आळसावते आणि ढिली पडते. मग मला सारख्या जांभया येतात आणि मी जणू काही धुक्यातनं चालली आहे, असं मला वाटतं. दिवस स्वच्छ आणि चटपटीत जात नाहीत. माझं शरीर थोडं सुटल्यासारखं वाटतं आणि माझी बोटंही थोडी सुजल्यासारखी वाटतात.

> मुख्यत: मी मला आवडणारे पदार्थ खाते आणि मला विचाराल, तर कमी कर्बोदकं असली म्हणजे झालं.

आहारात आवश्यक तेवढं तेल आणि स्निग्ध पदार्थ खाण्याची मी काळजी घेते. जर मी पुरेसं तेल आहारात घेतलं नाही, तर माझी त्वचा कोरडी पडते आणि तिला खाज सुटते. मला जेव्हा माझ्या त्वचेला सारखंसारखं बाहेरून क्रीम फासायची वेळ येते, तेव्हा मी माशांचं तेल कमी खाल्लं किंवा सॅलडमध्ये ऑलिव्ह ऑइल घालायची विसरले, हे माझ्या लक्षात येतं.

मला वाटतं बऱ्याचशा बायका लठ्ठपणाचा बाऊ करतात. शरीराच्या आरोग्याला आवश्यक असणाऱ्या स्निग्धपणासकट सर्व प्रकारचं तेल त्या वर्ज्य करतात. वनस्पती तेल, माशांचं तेल किंवा ऑलिव्ह ऑईल यांपैकी कुठलं तरी तेल रोजच्या आहारात असलं पाहिजे. मी दिवसातून तीन वेळा आहारात तेल घेते. त्यापासून हळूहळू मिळणारी ऊर्जा दिवसभरात सारख्या प्रमाणात पुरते.

मला जेव्हा आहारातलं तेलाचं महत्त्व समजलं, तेव्हा मी रोज सकाळी नाश्त्याच्या वेळी अंड्यांवर तेल टाकायला सुरुवात केली. तेव्हा माझ्या लक्षात एक आलं की, सकाळी आठ वाजता जरी मी नाश्ता केलेला असला, तरी मला दुपारी भूक लागायची नाही.

याआधी मला नाश्ता झाला की, दीड तासात भूक लागायची. मग मी मफिन, केळं किंवा दोन सफरचंदं खायची. त्यामुळे माझ्या रक्तातलं साखरेचं प्रमाण वाढायचं आणि मला मरगळल्यासारखं वाटायचं. या साखरेच्या प्रमाणातल्या चढउतारांवर माझा प्रवास चालू राहायचा. मी आहारात योग्य तो बदल केल्यावर माझी ऊर्जा योग्य प्रकारे समप्रमाणात वाढू लागली आणि मला बरं वाटायला लागलं.

तेव्हा मी माझ्या शरीराच्या सांगण्याला प्रतिसाद देते आणि हे नेहमीच करत आल्याने मला आता त्याची सवय झालेली आहे. मला साखर, पाव, गोड पदार्थ आणि चॉकलेट्स फार आवडतात; पण ती मी खाणं केवळ अशक्य आहे.

सकाळी नाश्त्याला मी बहुतेककरून अंडी आणि मश्रूम, टोमॅटो किंवा पालकसारख्या भाज्या भरपूर प्रमाणात घेते. कधीकधी मी आदल्या दिवशी उरलेल्या वस्तू वापरून ऑम्लेटही करते. दिवसभरात खाण्यासाठी गाजरं, मूठभर दाणे, फळं किंवा त्या त्या मोसमात मिळणाऱ्या कच्च्या ताज्या भाज्या खाते.

> **मला साखर, पाव, गोड पदार्थ आणि चॉकलेट्स फार आवडतात; पण ती मी खाणं केवळ अशक्य आहे.**

दुपारच्या आणि रात्रीच्या जेवणात मी पालेभाज्या, कोशिंबिरी, काहीतरी परतलेला पदार्थ अथवा कमी प्रथिनं असलेले पदार्थ खाते. मी रेड मीट, व्हाइट मीट, मासे, पोर्क आणि बकरीचं मटन खाते. मात्र त्याचं प्रमाण बशीतल्या भाज्यांपेक्षा कमी असेल, याची काळजी घेते.

दिवसभरात मी भरपूर पाणी पिते. मला जर भूक लागल्यासारखं वाटलं, तर मी भांडंभर पाणी पिते आणि तरीही भूक लागली, तर मग मात्र आपल्याला पाण्याची नसून खरोखरीची अन्नाची गरज आहे, असं ठरवते. मला चहा आवडतो, पण मी तो फार पीत नाही, कारण फार चहा प्यायल्यास शरीरात लोहतत्त्व कमी प्रमाणात विरघळतं, असं संशोधनानी सिद्ध झालं आहे. मला कापुचिनो आवडतात, मी प्रवासात असताना घरच्यापेक्षा एक-दोन जास्तच घेते. अकारण स्वतःवर बंधनं घालण्यात येऊ नयेत, कारण त्याचाही आपल्या स्वास्थ्यावर दुष्परिणाम व्हायला नको.

हितावह माहिती मिळवणं

व्यायाम, आरोग्य आणि आहार यांच्याविषयी इतकी उलटसुलट माहिती उपलब्ध असते, की कशावर विश्वास ठेवायचा असा प्रश्न पडतो. या बाबतीत माझा दृष्टिकोन सरळ आहे– जास्तीतजास्त वाचून माहिती मिळवायची, स्वतः प्रयोग करून अनुभव घ्यायचा आणि त्या आधारे काय करायचं ते ठरवायचं. मला एका गोष्टीचा फायदा होतो की, माझ्या कामामुळे मी जगातल्या अनेक तज्ज्ञांशी सल्लामसलत करू शकते.

मला एखादी नवीन कल्पना सुचली आणि ती सफल होईल असं वाटलं; तर मी ती खरोखरीची फायदेशीर आहे का, ते अमलात आणून बघते. कधीकधी निकाल समजायला वेळ लागतो – अगदी दोन आठवडेही – पण प्रयत्न करून पाहायलाच हवं.

माझ्या मते या विषयावर भरपूर

> मला जर भूक लागल्यासारखं वाटलं, तर मी भांडंभर पाणी पिते आणि दहा मिनिटं वाट पाहते आणि आपल्याला खरोखरीची भूक लागली आहे, का पाण्याची तहान होती, ते बघते.

वाचन करायला हरकत नाही. मोकळ्या मनानी अगदी अतिरेकी वाटणारे टोकाचे विचारही वाचावेत. एकदा रेडिओवर मी ॲटकिन्स डाएट (खाण्यात कर्बोदकाचं प्रमाण कमी ठेवणं) या विषयावरचं व्याख्यान ऐकत होते. या पद्धतीचा जर अतिरेक केला (कर्बोदकं अजिबात न खाणं) तर तुमचं आरोग्य बिघडू शकतं, असं ती व्याख्याती सांगत होती.

तिनं एक गोष्ट सांगितली नाही, की बहुतेक जण भरपूर कर्बोदकं, संपृक्त चरबीयुक्त; पण आवश्यक असणारे स्निग्ध पदार्थ मात्र खात नाहीत. ॲटकिन्स डाएटमध्ये बराचसा चांगला सल्ला दिला आहे, हे कबूल करण्याऐवजी तिनं टोकाचं उदाहरण देऊन ती पद्धतच फेटाळून लावली.

एखाद्याने आहारविषयक विचित्र मतं मांडली, तरी ती विचारात घ्यावी; कारण त्याचा कोणाला तरी फायदा नक्कीच होत असला पाहिजे आणि तुम्हीच ते असू शकता. तुमच्या शरीरातली सर्व यंत्रणा शुद्ध करायला काही दिवस नुसता पपनसाचा रस प्यायला हरकत नाही.

जाहिराती वाचून आणि बघून, ते नक्की काय विकत आहेत, याचा शोध घ्या. ते खरोखरच सकस आहार आणि आरोग्य देत आहेत, का नुसतंच पोकळ आश्वासन देत देखावा विकत आहेत?

हार्दिक शुभेच्छा!

हे पुस्तक विकत घेतलंत, तेव्हाच आरोग्य आणि तंदुरुस्ती सुधारण्याच्या दिशेनं तुम्ही पहिलं पाऊल टाकलेलं आहे. दुर्दैवाने नुसतं पुस्तक वाचून काहीच होणार नाही, तर प्रत्यक्षात काहीतरी करायला हवं. एक लक्षात ठेवा, तंदुरुस्त होण्यासाठी सुरुवात करायला मुहूर्त बघायची गरज नाही आणि सगळ्यात चांगला मुहूर्त आहे– आत्ता, या क्षणी!

सुरुवातीला प्रथम आपल्याला काय करायला आवडेल, याचा विचार करा. मग त्याच गोष्टी आवडणारी एखादी मैत्रीण आहे का, हे बघा. म्हणजे जोडीने व्यायामही होईल आणि भेटीगाठी होतील. पण त्यांना व्यायाम करायचा नसला, तरी ती सबब सांगून तुम्ही व्यायाम करायचं टाळू नका. सकाळी ७:३० वाजता अथवा जेवण्याच्या वेळी पोहण्याच्या तलावावर किंवा बागेत जा आणि इतर लोक कसा व्यायाम करत आहेत, ते बघा. ते पाहून तुम्हालाही स्फूर्ती येईल आणि कदाचित तिथेच कोणीतरी ओळखीचंही भेटेल.

सुरुवातीलाच अतिरेक करू नका – हळूहळू सुरुवात करत समोर थोड्याशा सुधारणेकडेच लक्ष ठेवा. तीन महिन्यांत किती सुधारणा झाली पाहिजे, याकडे लक्ष निर्धारित करा आणि आपल्या प्रगतीची वहीत नोंद ठेवा. आपल्याला केव्हा छान वाटू लागलं आहे, हे तुम्हाला कळणारही नाही.

केवळ वय वाढलं आहे, म्हणून वजन वाढलं आहे, अशक्तपणा आला आहे आणि शरीर ढेपाळलं आहे, असं होऊ देऊ नका. जसं पूर्वी आयुष्य जगत होतात आणि जे काही तुम्हाला करायला आवडतं, ते सर्व तुम्ही करू शकता. फक्त गरज आहे, ती आपण काय खातो, याच्यावर स्वतःच लक्ष ठेवायची आणि रोज थोडा वेळ व्यायामासाठी देण्याची. तेव्हा आता हार्दिक शुभेच्छा!

व्यायामाची आखणी

पुढे दिलेल्या व्यायामाच्या प्रकारांची आखणी अशा प्रकारे केलेली आहे की, तुम्हाला परिपूर्ण व्यायाम घडावा. यानुसार रोज व्यायाम करून त्यापासून जास्तीत जास्त फायदा मिळवता येईल. शक्यतो हे व्यायाम रोजच्या रोज करावेत. खास करून सुरुवातीला करावयाचं शरीर मोकळं करायचे व्यायाम जरूर करावेत, ते केल्यानं दिवसाची सुरुवात प्रसन्न होते.

यातला कुठलाही व्यायाम करताना कुठेही दुखणार नाही आणि समजा तुम्हाला ते करताना दुखलं, तर लगेचच थांबा.

ताणाचे व्यायाम करताना अस्वस्थ वाटेपर्यंत ताण देऊ नका. ताण देताना फक्त ताणाचीच संवेदना झाली पाहिजे, दुखण्याची नाही. ताण दिल्यावर पेशी मोकळ्या झाल्यावर आराम पडतो, अशा वेळी थोडा ताण वाढवावा; मात्र दुखणार नाही, याची काळजी घ्यावी.

निवडलेल्या या व्यायामांच्या प्रकारात अनेक प्रकारच्या हालचालींचा समावेश

आहे आणि त्यामुळे तुमचा लवचीकपणा, तोल आणि शक्ती सुधारेल आणि टिकून राहील.

हाडं भक्कम व्हावीत, म्हणून वजन उचलायचे व्यायामप्रकार सुचवले आहेत, त्यामुळे कमरेच्या वरच्या आणि खालच्या भागातली हाडे बळकट होतील. हाडं चांगली असली, म्हणजे ती मोडण्याचं प्रमाण आणि शक्यता कमी होते. पोटाच्या आणि पाठीच्या कण्याच्या स्नायूंना व्यायामाचा फायदा झाल्याने पाठीच्या दुखण्यापासून बचाव होतो.

ताणामुळे तुम्ही नुसतं लवचीकच होणार नाही, तर दुखापतीपासून बचाव होईल. खेळाडूंच्या बाबतीत तर हे नक्कीच फायद्याचं आहे.

तोल सांभाळायचा सराव केल्याने शरीराच्या हालचाली सुसूत्रपणे होतात आणि धडपडण्याचं प्रमाण कमी होतं.

एकदा का सराव झाला की, निवडलेले सर्व व्यायामांचे प्रकार सुमारे वीस मिनिटांत करून होतील. तुमच्या अमूल्य वेळातली ही गुंतवणूक तुम्ही दुसऱ्या अमूल्य गोष्टींत करत आहात– तुमचं निरोगी शरीर!

जाणीवपूर्वक श्वासोच्छ्वास करणं

जाणीवपूर्वक श्वसन केल्याने अधिक परिणामकारकरीत्या व्यायाम करता येतो. योग्य प्रकारे केलेले श्वसन हा पाया आहे – पूर्ण श्वास घेणं आणि सोडणं – नेहमीच तो पूर्णपणे करावा.

व्यायाम करताना श्वास घेतेवेळी, पोट स्थिर ठेवून, तो छातीमध्ये भरून घ्यावा.

प्रथम याचा सराव कुठेतरी शांत जागी बसून करावा आणि नंतर मग गादीवर आडवं झोपून करायला हरकत नाही. जमिनीवर अथवा खुर्चीला पाठीमागे टेकून आरामात ताठ बसा. दोन्ही हातांचे पंजे कमरेवर शेवटच्या फासळीपाशी ठेवा. हाताचा अंगठा मागे आणि बोटं पुढल्या बाजूस राहतील, अशा रीतीनं कंबर धरलेली असावी. श्वास घेते वेळी बाजूने बरगड्या फुलवत, जणू काही अॅकॉर्डियनमध्ये हवा भरली जात आहे, अशी कल्पना करा. श्वास सोडते वेळी पोट आत आणि वरच्या बाजूस ओढून घ्या आणि क्रिया पूर्ण करा. ही क्रिया दहा वेळा करावी.

आपल्या बरगड्या बाजूने फुलत आहेत, अशी खात्री पटल्यावर मग आता हाच सराव झोपून करायला हरकत नाही. गुडघे वाकवून आणि पाय एकमेकांपासून किंचित अंतरावर ठेवत, जमिनीवर पालथे झोपा. दोन्ही हातांच्या पंज्यांनी कंबर धरते वेळी अंगठा जमिनीकडे ठेवा. याही वेळी पाठीच्या बाजूने मागील श्वास बरगड्यात भरून घ्यावा. पाठीला थोडासा बाक देऊन श्वास घ्यावा आणि खालच्या बाजूच्या बरगड्या बाजूनं फुलवाव्यात. श्वास सोडते वेळी आत आणि वरच्या बाजूस पोट ओढून घ्यावं. ही क्रिया डोळे उघडे ठेवून आणि मिटून करून बघा.

असा श्वास घेण्याचे अनेक फायदे आहेत –

- छातीचा पिंजरा आतून बाहेर ताणला जातो.
- आपल्या ओटीपोटानं पाठीच्या खालच्या भागाला आधार देण्याची सवय लागते.
- हा मन आणि स्नायूंमधला दुवा आहे.

हा व्यायाम लक्षपूर्वक आणि नियंत्रित पद्धतीने करावा.

पटकन करायचा सराव

जेव्हा तुम्ही जाणीवपूर्वक श्वसन करता, तेव्हा तुमच्या हालचाली सुयोग्य पद्धतीने होतात आणि त्या करण्यासाठी तुम्ही योग्य तितकीच शक्ती खर्च करता. दिवसाची सुरुवात आणि शेवट या श्वसनाच्या सरावानं करणं केव्हाही चांगलं. दिवसभरातही जेव्हा वेळ मिळेल, तेव्हा पटकन खाली झोपून याचा सराव करायला हरकत नाही.

सकाळचे व्यायाम

रात्रभर अंथरुणात झोपून राहिल्यानं शरीर आखडलेलं असतं आणि ते परत सैल पडून लवचीक व्हायला थोडा वेळ लागतो. तेव्हा दिवसाची सुरुवात श्वसनाच्या सरावानं करणं केव्हाही चांगलंच.

फक्त पाठीवर झोपा आणि व्यायाम करायला तयार रहा.

लक्षात ठेवायच्या महत्त्वाच्या गोष्टी–

उत्तम प्रकारे कार्यरत राहण्यासाठी तुमच्या शरीराला प्राणवायूची गरज असते. व्यायाम करत असताना श्वासोच्छ्वास करत राहावं – श्वास रोखून कधीही व्यायाम करू नये.

हा सराव करताना कटिभाग किंचितसा उचलून आत ओढून घ्यावा.

व्यायाम क्र. १

गुडघे वाकवून आणि पाय एकमेकांपासून किंचित अंतरावर ठेवत, जमिनीवर पालथं झोपा. दोन्ही हातांच्या पंज्यांनी कंबर धरते वेळी अंगठा जमिनीकडे ठेवा. याही वेळी श्वास पाठीच्या मागच्या बाजूनं बरगड्यांत भरून घ्यावा. पाठीला थोडासा बाक देऊन श्वास घ्यावा आणि खालच्या बाजूच्या बरगड्या बाजूनं फुलवाव्यात. श्वास सोडते वेळी पोट आत आणि वरच्या बाजूस ओढून घ्यावं. ही क्रिया दहा वेळा करावी. घेत असलेला श्वास जणू काही बरगड्यांमध्ये भरला जात आहे, अशी क्रिया करावी. श्वास घेते वेळी पाठीला थोडासा बाक घ्यावा आणि बाजूने बरगड्या फुलवाव्यात. श्वास सोडताना पोट आत आणि वर ओढून घ्यावं. ही क्रिया डोळे उघडे ठेवून आणि मिटून करून बघा.

व्यायाम क्र. २

या गटातले व्यायाम कटिभागातल्या स्नायूंना बळकटी आणण्यासाठी आहेत. हे व्यायामाचे प्रकार झोपून, बसून किंवा उभं राहून करता येतात. एकदा ह्या स्नायूंना बळकटी आली, की हे व्यायाम उभं राहून करायला हरकत नाही.

गुडघे वाकवून पाठीवर झोपा आणि कटिस्नायू आकसून घेऊन उचला आणि जेवढा वेळ या स्थितीत राहता येईल, तेवढं रहा – सैल सोडा. हे करते वेळी श्वास रोखून धरू नका आणि स्नायूंच्या आकुंचनाकडे आणि उचलण्यावर ध्यान केंद्रित करा. कमरेवर ज्या जागी बिकिनी बसते, त्या जागी असलेल्या पोटाच्या स्नायूंना थोडासा ताण बसल्यासारखं वाटेल. या वेळी आपलं पोट, नितंब आणि मांड्या आवळल्या जाणार नाहीत, याची काळजी घ्या.

पाच सेकंद विश्रांती घ्या आणि तिथल्या स्नायूंची दमणूक होईपर्यंत परत परत क्रिया करा. थोड्याशा सरावानंतर, न दमता, आवळून धरण्याची क्रिया दहा सेकंद टिकवण्याचं आणि हा सराव दहा वेळा करण्याचं तुमचं उद्दिष्ट असलं पाहिजे. आता पाच वेळा पटकन स्नायू आवळून सैल सोडा. हा व्यायाम दिवसातून तीन ते पाच वेळा करायला हरकत नाही. हा व्यायाम करताना किती जोरकसपणे तुम्ही तो करता, याला महत्त्व आहे, तेव्हा स्नायू आवळण्याची क्रिया जास्तीत जास्त ताकदीने करावी. अर्धवटपणे केलेल्या अनेक व्यायामांपेक्षा योग्य प्रकारे केलेले थोडेच व्यायाम फायदेशीर असतात.

पुढे दिलेले व्यायामाचे सर्व प्रकार करताना, वर उल्लेख केल्याप्रमाणे श्वास घ्यायचा आहे आणि कटिभागातले स्नायू आवळून घ्यायचे आहेत. व्यायाम करताना श्वास रोखून धरू नका.

व्यायाम क्र. ३

दोन्ही हात बाजूला शरीराशी काटकोनात जमिनीवर पसरा आणि गुडघे किंचित वाकवत जुळवून घ्या. आता जुळवलेल्या अवस्थेतले पाय आपल्या डाव्या बाजूला वळवून, डाव्या पायाची डावी बाजू जमिनीला टेकवण्याचा प्रयत्न करा.

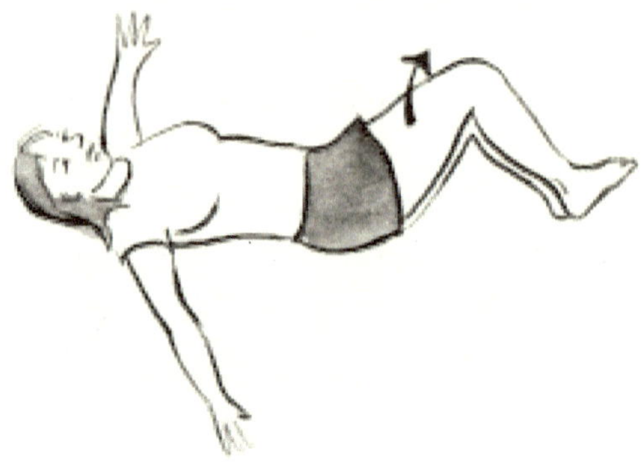

उजवा हात जमिनीवर टेकलेलाच राहू दे. आता या अवस्थेत तुम्हाला छातीच्या उजव्या बाजूला आणि खांद्यावर ताण पडत असल्याचं, तसंच उजव्या बाजूच्या कमरेला आणि नितंबांवरही ताण पडत असल्याचं जाणवेल.

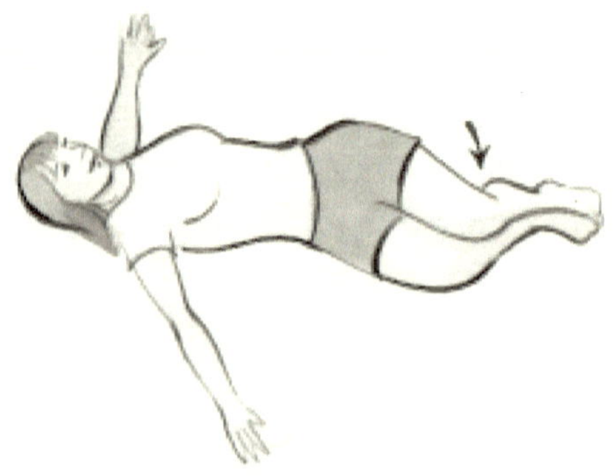

पंधरा सेकंद असा ताण धरल्यावर हळूहळू परत पूर्वस्थितीत या. आता हीच क्रिया उजव्या बाजूला करा आणि डाव्या बाजूस छातीवर पडणारा ताण जाणून घ्या. पंधरा सेकंदांनंतर परत पूर्वस्थितीत या.

व्यायाम क्र.४

दोन्ही हात बाजूला ठेवा. एकमेकांत किंचित अंतर ठेवत पाय सरळ करा.

डावा पाय उचला आणि डावी मांडी दोन्ही हातांनी पकडून धरा. मांडीचा जमिनीशी काटकोन होईल, अशा रीतीनं ती सरळ करा. आता वाकलेल्या गुडघ्यातून पाय जास्तीजास्त सरळ करायचा प्रयत्न करत असताना तुम्हाला मांडीच्या मागे ताण जाणवेल. पंधरा सेकंद पाय तसाच धरून ठेवा. नंतर घोट्यामधनं पाऊल वाकवत, त्याच पायाचा अंगठा नडगीच्या दिशेने वाकवा आणि परत पूर्वस्थितीला आणा.

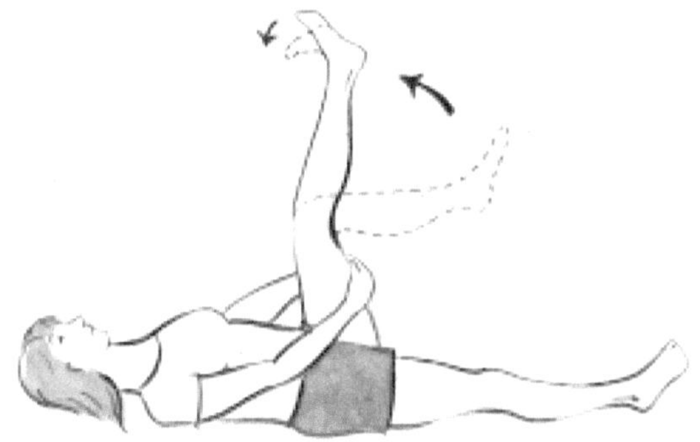

पाऊल वाकवल्यावर, पोटरीमध्ये आणि मांडीच्या मागील बाजूला ताण जाणवेल; तो तसाच पाच सेकंद धरून ठेवा आणि मग सैल सोडा. परत एकदा ताण घ्या आणि पाच सेकंदांनी सोडा. नंतर पाय परत जमिनीवर पूर्वस्थितीत आणून ठेवा. हा व्यायाम केल्यानं पाठीत अथवा पायात वेदना होत नाहीत ना, याकडे लक्ष घ्या.

हाच व्यायाम आता उजव्या पायानी करा.

व्यायाम करताना जर एक बाजू दुसऱ्या बाजूपेक्षा कमी लवचीक वाटली, तर त्याच बाजूला परत व्यायाम करावा. एक-दोन आठवडे तसं केल्यानं दोन्ही बाजूंत संतुलन निर्माण होईल.

या ताणाच्या व्यायामाने मांडीच्या मागचे स्नायू, पोटरीचे स्नायू आणि पाठीच्या कण्याकडून पायातून जाणाऱ्या मज्जारज्जूच्या पेशी लवचीक राहतात.

व्यायाम क्र. ५

सध्याच्या बैठ्या जीवनशैलीमुळे उद्भवणारी पाठीच्या दुखण्याची समस्या, पुढे दिलेले दोन व्यायामाचे प्रकार केल्याने टाळता येते. या व्यायामाची सुरुवात, उशीचा उपयोग न करता, पोटावर झोपून करायची आहे.

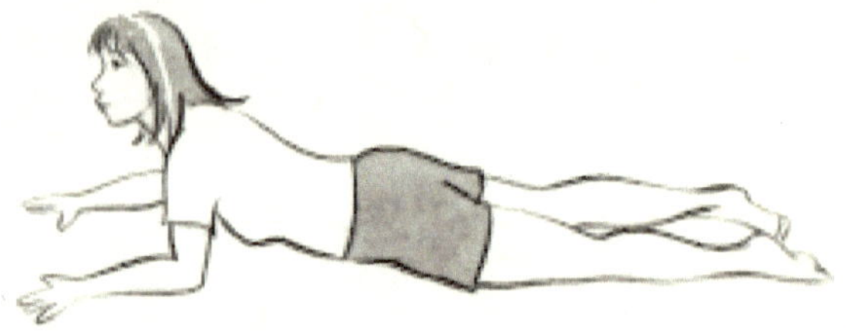

दोन्ही हाताचे कोपरे जमिनीवर टेकवा, खांदे जास्तीजास्त वर उचला आणि पोटाकडली शेवटची बरगडी सतरंजीला टेकवा. हा ताण पंधरा सेकंद धरून ठेवा आणि नंतर कोपरं टेकलेल्या स्थितीत, खांदे सैल सोडून, ताण सैल करा.

व्यायाम क्र. ६

आता आपण कमरेच्या खालच्या भागाकडे वळणार आहोत.

हाताचे पंजे जमिनीवर टेकवून कोपरातून हात सरळ करा. या वेळी कमरेचा

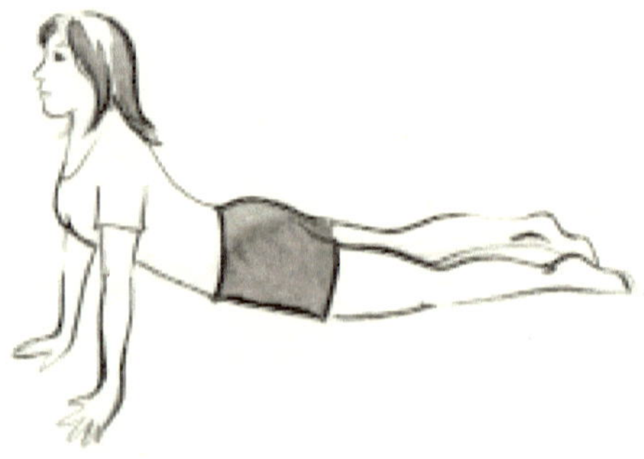

खालचा भाग हलत असल्याचं तुम्हाला जाणवेल. कमरेजवळची हाडं जमिनीपासून किंचित उचलली जाईपर्यंत हात सरळ करत रहा. यापेक्षा जास्त शरीर उचलण्याची गरज नाही. तुमच्या हातांवर सर्व भार पडत असला तरी, पाठीच्या खालच्या भागावर उपाय होत आहे.

हा ताण सुमारे तीन ते चार सेकंद देऊन पूर्वस्थितीत या. आणखी दोन वेळा हीच क्रिया करून आराम करा.

उभ्यानं करायचे व्यायाम

पुढे दिलेले व्यायामाचे प्रकार सकाळी उठल्यावर शॉवर घेताना किंवा दिवसभरात केव्हाही तुमच्या सोयीनी करावेत. याआधी सांगितल्याप्रमाणे श्वसनक्रिया आणि कटिभागाचे स्नायू आकसून घेण्याची क्रिया– या दोन्हींची या व्यायामाच्या प्रकारांशी सांगड घालावी. व्यायाम करते वेळी श्वास रोखून धरू नये.

व्यायाम क्र. १

स्तब्धपणे उभं राहून, पाठीचा कणा लांबवण्याचा प्रयत्न करा (म्हणजेच उंच होण्याचा प्रयत्न करा) जणू काही छताला बांधलेली दोरी तुमचं डोकं वर ओढत आहे, अशी कल्पना करा.

खांदे उचलण्याचा विचार बाजूला झटकून ते सैल सोडा. पूर्णपणे ताठ झाल्यावर आपली हनुवटी थोडीशी गळ्याच्या बाजूला झुकल्याचं तुमच्या लक्षात येईल.

आता आपण उभं राहण्याच्या लकबीत जे बदल केले, ते तसेच कायम ठेवण्याचे लक्ष असू घ्या. यामुळे या क्रियेला आवश्यक असलेले स्नायू बळकट होतात आणि तसेच राहतात.

हा व्यायाम केल्यानं पाठीत पोक काढून उभं राहण्याची आणि मान लटकती ठेवण्याची सवय लागत नाही. जसजसा जास्त सराव कराल, तसतसं ताठ सरळ उभं राहणं तुम्हाला सोपं वाटेल.

तुम्हाला तरुण झाल्यासारखं वाटेल आणि तसं तुम्ही खरोखरीच दिसालही. (याच प्रकारे ताठ बसून उंच होण्याचाही सराव केल्यास त्याचा फायदा होईल.) उभं राहून केलेल्या व्यायामाचीच पद्धत अवलंबून, खुर्चीत बसून सराव करा. पाठीचा कणा ताठ होईल आणि त्याची लांबी वाढल्यासारखी वाटेल; हनुवटी गळ्याच्या बाजूला थोडीशी झुकेल आणि मान ताठ होऊन डोकं उचललं जाईल.

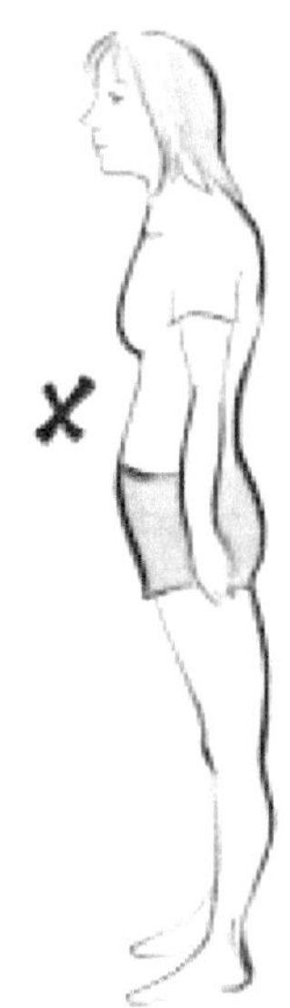

व्यायाम क्र. २

क्र. १ मध्ये सांगितल्याप्रमाणे उभं राहून, पुढे दिलेल्या मानेच्या हालचाली दोन वेळा करा. यांच्यापेकी कुठलीही हालचाल केल्याने अस्वस्थपणा जाणवणार नाही, भोवळ, चक्कर येणार नाही; तोल जाणार नाही. मात्र जर तसं वाटलंच, तर लगेच थांबा.

प्रथम मान खाली झुकवून गळ्यापाशी न्या, दोन सेकंदं तसंच राहून परत पूर्वस्थितीत या. आता मान मागे झुकवून आढ्याकडे पहा आणि दोन सेकंदंच तसे रहा. परत पूर्वस्थितीत या. हीच क्रिया परत एकदा करा.

यानंतर मान डावीकडे वळवून डाव्या खांद्यावरनं पाहण्याचा प्रयत्न करा आणि दोन सेकंदांनंतर परत पूर्वस्थितीत या. आता मान उजव्या बाजूला वळवून तीच क्रिया करा. प्रत्येक बाजूला जेव्हा तुम्ही परत ही क्रिया कराल, तेव्हा आपली मान थोडीशी शिथिल झाली असून, आता ती खांद्याच्या दिशेने वळवल्यावर, आधीच्यापेक्षा आता, मागील बाजूचं थोडं जास्त दिसत असल्याचं तुम्हाला जाणवेल. परत पूर्वस्थितीत या.

डावा कान डाव्या खांद्याकडे वळवून मान झुकवा. मानेच्या उजव्या बाजूला बसणाऱ्या ताणाची दखल घ्या. मान झुकवलेली असली, तरी तोंड समोर ठेवून पुढेच बघा. दहा सेकंदं हा ताण धरल्यावर पूर्वस्थितीत या.

हीच क्रिया आता उजव्या बाजूला करा आणि परत पूर्वस्थितीत या. याच क्रियेचं आणखीन एक आवर्तन करा.

व्यायाम क्र. ३

पुढे दिलेले ताणाच्या व्यायामाचे दोन प्रकार हे खांद्यांसाठी आहेत.

तुमचा डावा हात डोक्यावर उचलून धरा आणि दंडाचा भाग जास्तीतजास्त डोक्याजवळ आणा. आता उजव्या हातानं डाव्या हाताचं कोपर धरून ते डोक्याच्या मागे नेण्याचा प्रयत्न करा. या वेळी खांद्यांच्या बाजूला बसणाऱ्या ताणाची दखल घ्या. पंधरा सेकंद ताण धरून ठेवा आणि हळूहळू सैल सोडा. आता हीच क्रिया उजव्या हातावर करा. हात हळुवारपणे बाजूला पूर्वस्थितीत आणून खांदे फिरवून मोकळे करा.

व्यायाम क्र. ४

आपला डावा हात छातीच्या मध्यापाशी आणून, त्याचं कोपर उजव्या हातानं धरा. डाव्या हाताचं धरलेलं कोपर हळुवारपणे छातीच्या उजव्या बाजूला ओढा. हे करतेवेळी खांद्यावर पडलेल्या ताणाची दखल घ्या. खांदा सैल सोडत, उचलला जाणार नाही याची काळजी घ्या. पंधरा सेकंद ताण धरून ठेवा आणि सैल सोडा.

हीच क्रिया डाव्या हाताने उजव्या हातावर करा.

व्यायाम क्र. ५

उजव्या पायावर उभं राहून आपला तोल सांभाळा. आता डाव्या पायाचा गुडघा वाकवून, पायाची टाच डाव्या नितंबाजवळ आणा.

जर एका पायावर तोल सांभाळणं अवघड जात असेल, तर भिंतीचा आधार घ्या.

डाव्या पायाचा घोटा डाव्या हाताने पकडून, पायाची टाच नितंबांजवळ आणा. दोन्ही मांड्या एकमेकांना टेकवून पायाची टाच नितंबाला टेकवण्याचा प्रयत्न करा.

हा ताण तीस सेकंदापर्यंत धरून ठेवा.

आता डावा पाय परत जमिनीवर टेकवून, उजव्या पायाने हीच क्रिया करा.

हा सराव रोज केल्याने तुमचा लवचीकपणा वाढेल आणि अधिक चांगल्या प्रकारे तोल सांभाळला जाईल. या व्यायामाची चांगली सवय झाल्यावर भिंतीचा आधार घेणं बंद करा.

व्यायाम क्र. ६

हा व्यायाम केल्यानं मांड्यांचे स्नायू बळकट होतात आणि पोटरीचे स्नायू ताणले जातात.

डावा पाय गुडघ्यात वाकवून समोर न्या आणि उजवा पाय, गुडघ्यात न वाकता आणि त्याच्या पावलाचा अंगठा समोरच्या दिशेने ठेवत, सरळ ठेवा. (पाऊल वाकडं होणार नाही, याची खात्री करा.)

किंचित पुढच्या बाजूला वाकून, डाव्या पायावर भार टाका; म्हणजे या अवस्थेत उजव्या पोटरीवर ताण पडत असल्याचं तुमच्या लक्षात येईल. या अवस्थेत तसंच तीस सेकंदं रहा.

आता डावा पाय सरळ करून, हाच व्यायामाचा प्रकार उजव्या पायावर करा.

जसजशी सरावात प्रगती होईल, तसतसं पुढे जास्त ओणवता येईल आणि व्यायाम करताना पुढच्या गुडघ्यात दुखणार नाही.

व्यायाम क्र. ७

या व्यायामानेसुद्धा मांड्यांच्या स्नायूंना बळकटी येते आणि पोटऱ्यांच्या स्नायूंना ताण बसतो.

दोन्ही पायांत थोडंसं अंतर ठेवून, गुडघे आतल्या बाजूला न वळतील अशा प्रकारे थोडेसे वाकवावेत. वाकलेल्या स्थितीतले पाय समांतर असतील, असं बघा आणि बाहेरच्या बाजूवर आपल्या वजनाचा भार पडेल, याची काळजी घ्या. पाय वाकवलेले असले, तरी पाठ सरळ ठेवा.

या अवस्थेत तीस सेकंद राहून परत पूर्वस्थितीत या.

व्यायाम क्र. ८

व्यायामाचा हा प्रकार कठीण आहे. हा केल्याने मांड्या आणि नितंबांचे स्नायू बळकट होतात आणि आपला तोल सुधारतो.

डाव्या पायावर उभं रहा (एका पायावर उभं राहिल्याने जर तोल जात असेल, तर भिंतीचा आधार घ्या.) आणि आपल्या शरीराचा तोल सांभाळत नीट उभं राहा.

गुडघ्याची वाटी आत न वळता, समोरच्या दिशेने राहील; अशा प्रकारे डावा पाय गुडघ्यात वाकवा.

आपले नितंब डगमगणार नाहीत आणि ते आजूबाजूला वळणार नाहीत, याची खात्री करून घ्या.

हळुवारपणे पूर्वस्थितीला या. प्रत्येक वेळी पाच सेकंदं थांबत हीच क्रिया अजून दोन ते तीन वेळा करा.

आता उजव्या पायावर हाच व्यायाम करा.

जर एखादा पाय कमजोर वाटत असेल अथवा डगमगत असेल; तर त्या बाजूच्या पायानी जास्त व्यायाम करा, म्हणजे त्याच्यात जोर येईल.

व्यायाम करते वेळी आरशासमोर उभं राहून केल्यास, आपल्या हालचाली सुधारण्यास मदत होईल. काही काळानंतर प्रत्येक पायानी हा व्यायाम दहा वेळा करावा.

व्यायाम क्र. ९

हा व्यायाम पायरीवर करायचा असून त्यानं पोटरीचे स्नायू बळकट होतात.

दोन्ही पायांच्या टाचा बाहेर अधांतरी राहतील, अशा बेताने पायरीवर उभं रहा.

जरूर वाटल्यास कठड्याचा किंवा दाराच्या चौकटीचा आधार घेऊन उभं रहा आणि पायाच्या टाचा आणखीन खाली रेटा. आपल्या पोटरीच्या स्नायूंना ताण बसत असल्याचं तुमच्या लक्षात येईल.

पंधरा सेकंदं ताण दिल्यावर आपल्या अंगठ्यावर भार देत शरीर वर उचला, पाच सेकंदं ताण धरून ठेवा आणि परत टाचा पूर्वीप्रमाणे खाली रेटा आणि पाच सेकंदं थांबा.

या व्यायामाची पाच आवर्तनं पूर्ण करा.

जेव्हा व्यायामाचा हा प्रकार सहज करता येऊ लागेल, तेव्हा एका पायावर आपला सर्व भार टाकून हाच व्यायाम करावा आणि दुसरा पाय मोकळा सोडावा.

प्रत्येक पायाने एक-दोन वेळा व्यायाम करत सुरुवात करावी आणि टाचा योग्य प्रकारे वर-खाली कराव्यात.

दोन्ही पायाने प्रथम व्यायाम केल्यावर वरती वर्णन केल्याप्रमाणे, एका पायाने पाच-पाच आवर्तनं करावीत.

जमिनीवर करायचे व्यायाम

व्यायामाचे हे प्रकार उभ्याने करायच्या व्यायामाच्या आधी करावेत अथवा दिवसभरात नंतर करावेत. मात्र हे करण्यापूर्वी, शरीर मोकळे करायचे किंवा झोपून करायचे व्यायामाचे प्रकार करावेत. हे केल्याने पोटाचे स्नायू, पाठीचे स्नायू आणि नितंबाचे स्नायू यांना फायदा होतो. मूळची शक्ती वाढते आणि इजा होण्याची शक्यता कमी होते.

व्यायाम क्र. १

हाताच्या दोन्ही पंजांवर आणि गुडघ्यावर जमिनीवर ओणवं व्हा. पाठीच्या कण्यात बाक येऊ न देता पोट सैल सोडा. मग ते आत ओढून घ्या आणि नेहमीप्रमाणे श्वसनक्रिया करत तसंच दहा सेकंदं ओढून धरा. नंतर ते सैल सोडून पूर्ववत खाली येऊ द्या.

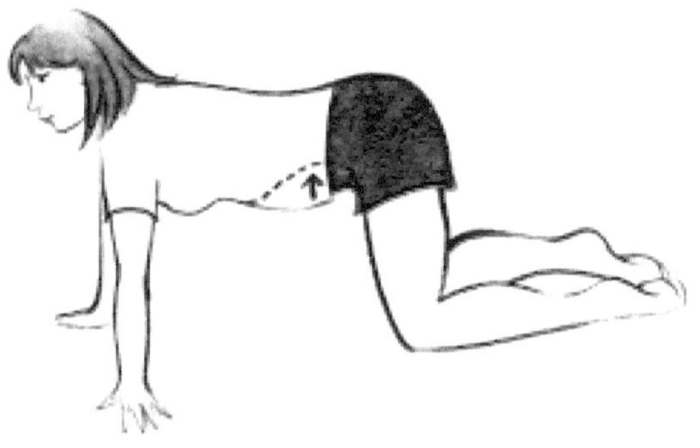

ही क्रिया आणखी दोन वेळा करा.

कालांतराने सवय झाल्यावर स्नायू जास्त वेळ ओढून धरता येतील.

व्यायाम क्र. २

या प्रकारातही हाताच्या दोन्ही पंज्यांवर आणि गुडघ्यावर जमिनीवर प्रथम ओणवं व्हा. डावा पायाचा अंगठा जमिनीला टेकलेला ठेवत, तो पाय सरळ करा.

वरच्या प्रकारासारखंच पोट आत ओढून घ्या आणि डावा पाय हळूहळू वरती उचलत शरीराच्या पातळीवर आणा.

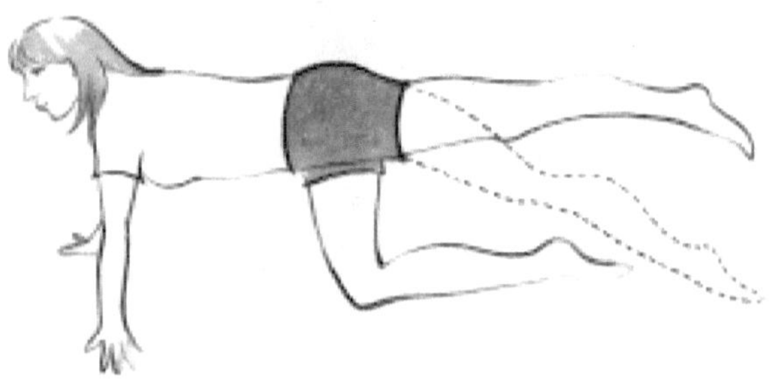

पोट आत ओढलेलं असेल आणि नितंब डगमगणार नाहीत, याची खबरदारी घ्या.

सरळ उचललेल्या स्थितीत पाच सेकंदं पाय ठेवा आणि नंतर हलकेच परत जमिनीवर आणा.
आता पोट सैल सोडायला हरकत नाही.

डाव्या पायाने, हीच क्रिया आणखी चार वेळा करा आणि परत सुरुवातीला होतात तसं हाताच्या पंज्यावर आणि गुडघ्यावर ओणवं व्हा.

हीच क्रिया आता उजव्या बाजूस करा.

शरीरावर नियंत्रण ठेवता येणं हा या क्रियेतला महत्त्वाचा भाग आहे, तेव्हा व्यायाम करताना आपले नितंब डगमगू देऊ नका.

व्यायाम क्र. ३

दोन्ही हात समोर ठेवून, जमिनीवर पोटावर पालथं झोपा. आपले दोन्ही हात जमिनीवर टेकलेले हवेत.

डावा हात आणि उजवा पाय जमिनीपासून काही सेंटिमीटरवर उचला आणि तसाच पाच सेकंदं धरून ठेवा.

हात-पाय परत जमिनीवर टेकवून पूर्वस्थितीला या.

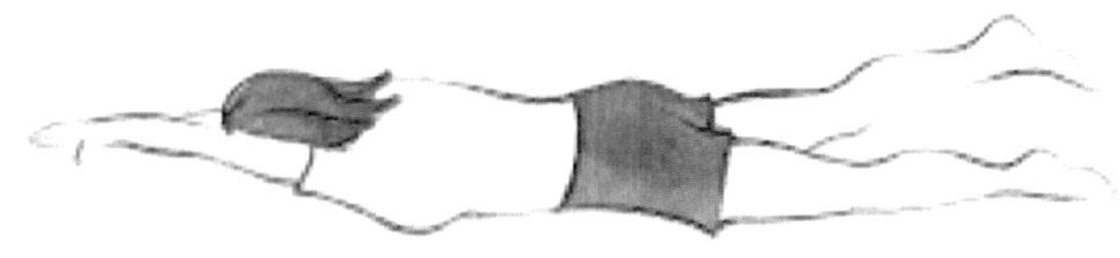

हीच क्रिया आता उजवा हात आणि डाव्या पायांनी करावी.

या प्रकाराची आणखी दोन आवर्तनं करावीत, मात्र पाय फार वर न उचलण्याची दक्षता घ्यावी.

व्यायाम क्र. ४

पाठीवर झोपून, दोन्ही हात बाजूला शरीराशी कोन करून जमिनीवर टेकवावेत. पावलं जमिनीवर टेकवत गुडघे वाकवावेत.

कंबर आणि नितंबाचा भाग जमिनीपासून वर उचलून, पंधरा सेकंदं धरावा.

परत हलकेच जमिनीवर पाठ टेकवावी आणि विश्रांती घ्यावी.

हीच क्रिया परत एकदा करावी. या व्यायामात पाठीचे आणि नितंबांचे स्नायू पाठीच्या खालच्या भागावर नियंत्रण ठेवतात.

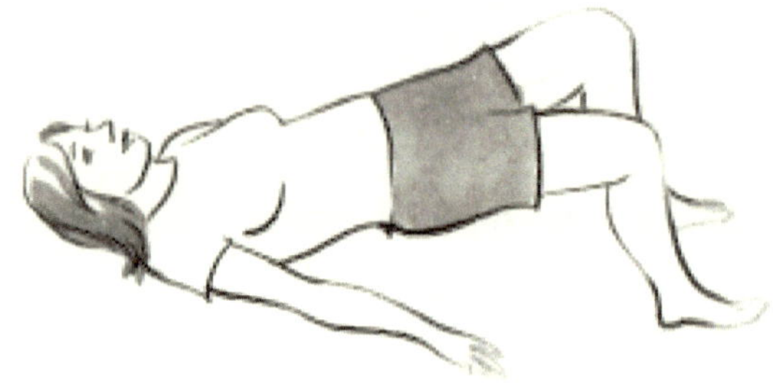

व्यायाम क्र. ५

आता आपण पोटाच्या कडेच्या स्नायूंच्या व्यायामाकडे वळू.

दोन्ही पायांचे गुडघे वाकवून पाठीवर झोपा. डाव्या पायाचं पाऊल जमिनीवर टेकलेलं असतानाच, उजवा पाय डाव्या पायावर टाका आणि जमेल तितका डाव्या बाजूला सरकवा.

दोन्ही हात डोक्याच्या मागे धरून ते उचलून धरा. हाताचा उजवा दंड जमिनीला टेकलेला ठेवून, डावा खांदा वर उचलून डाव्या हाताचं कोपर उजव्या गुडघ्याकडे नेण्याचा प्रयत्न करा.

ही क्रिया करते वेळी वर छताकडे नजर लावून ठेवा, म्हणजे हाताच्या हालचालींबरोबर डोकं हालणार नाही.

तुमची हनुवटी या वेळी छातीपासून दूर ठेवा. शरीराला कमरेत वळविताना, तुमच्या हाताचं कोपर तुमच्या डोक्याच्या रेषेत ठेवा. पाठीची फासळी जास्तीत जास्त उचलून धरा आणि दोन ते तीन सेकंदं धरून ठेवा. मग पूर्वस्थितीला या. हीच क्रिया, चार ते पाच वेळा करा आणि परत पहिल्यासारखं पाठीवर झोपा.

आता बाजू बदलून उजवं पाऊल जमिनीवर टेकवा, उजवा खांदा जमिनीवर उचलून धरा आणि डाव्या गुडघ्याकडे वळा.

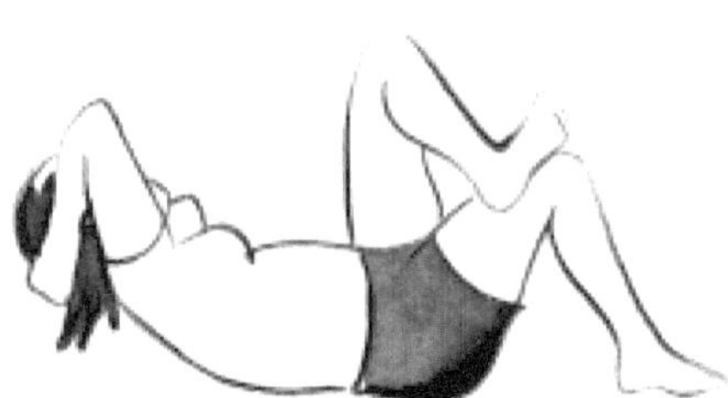

पुरेसा सराव झाला की, प्रत्येक बाजूला ही क्रिया दहा वेळा करण्याचं लक्ष्य ठेवा, मात्र ही क्रिया फार भराभर करू नका. नियंत्रितपणे केलेली हळुवार हालचाल ही भराभर केलेल्या हालचालीपेक्षा केव्हाही फायदेशीर ठरते.

व्यायाम क्र. ६

ओटीपोटाच्या व्यायामासाठी गुडघे वाकवून पाठीवर झोपा. (गुडघे वाकलेले आणि पावलं जमिनीला टेकलेली)

याच प्रकरणाच्या क्र. १ मध्ये सांगितल्याप्रमाणे प्रथम पोट आत ओढून घ्या आणि डावा गुडघा छातीच्या दिशेने न्या.

उजवा पायाचं पाऊल जमिनीला टेकवलेलं असेल.

आता डावा पाय उचलून, जमिनीपासून सुमारे वीस सेंटिमीटर अंतरावर धरा; मात्र हे करताना पाठीची हालचाल होणार नाही आणि पोट आत ओढलेलं असेल, याची काळजी घ्या. डावा पाय पकडून धरल्यावर, पाठीचा कणा स्थिर ठेवत पाच सेकंद थांबा. आता डावा पाय वाकवून परत छातीजवळ न्या आणि पोटाचे स्नायू काही काळ स्थिर होऊद्यात.

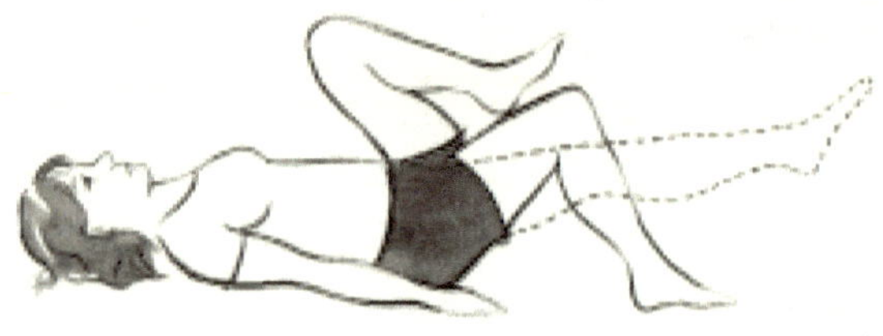

परत दोन वेळा ही क्रिया करा आणि आराम करा.

आता पाय बदला. डावा पाय वाकवून त्याचं पाऊल जमिनीवर टेकलेलं ठेवा आणि उजवा पाय सरळ करा.

सरावानं एकदा तुमचं पाठीच्या कण्यावर नियंत्रण आलं, की मग पाय उचलून धरायची क्रिया जास्त वेळ तुम्ही लांबवू शकता.

व्यायाम क्र. ७

आता आपण पाठीच्या खालच्या भागाच्या स्नायूंच्या आणि नितंबाच्या स्नायूंच्या व्यायामाकडे वळू. हे व्यायाम जमिनीवर कुशीवर झोपून करायचे आहेत.

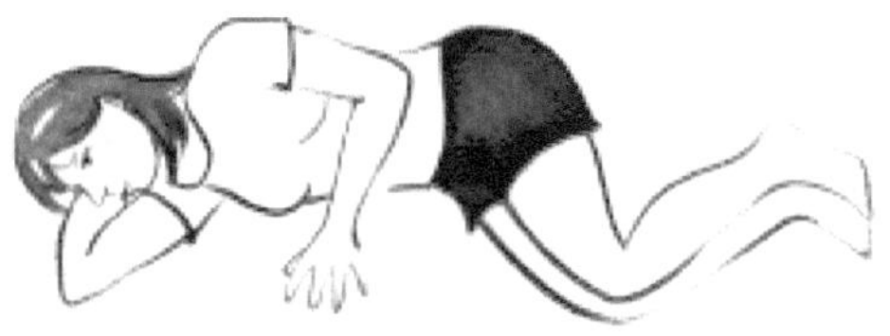

प्रथम उजव्या कुशीवर झोपा. आपल्या शरीराशी मांड्यांचा सुमारे १२० अंशांचा कोन करून गुडघे काटकोनात वाकवा. आधारासाठी आपल्या डाव्या हाताचा पंजा समोर जमिनीवर टेकवा. आपली नाभी पाठीच्या कण्याच्या दिशेने ओढून घ्या. आता हलकेच डावा पाय उचला आणि पायाचं पाऊल गुडघ्यापेक्षा वर ठेवा.

कमरेच्या आणि मांडीच्या स्नायूंवर ताण पडल्याचं तुमच्या लक्षात येईल. ही क्रिया करते वेळी, आपलं ओटीपोट आणि पाठ मागे सरकत नाही, याची खात्री करा. सुमारे पाच सेकंदं पाय उचलून धरा आणि मग हलकेच पूर्वस्थितीत आणा. या वेळी पोट सैल सोडायला हरकत नाही. (मात्र संपूर्ण व्यायाम करते वेळी ते घट्टपणे ओढून धरलेलं हवं.) परत चार वेळा हीच क्रिया करा.

व्यायामाचा पुरेसा सराव होऊन ताकद वाढल्यावर, या क्रियेची जास्त आवर्तनं

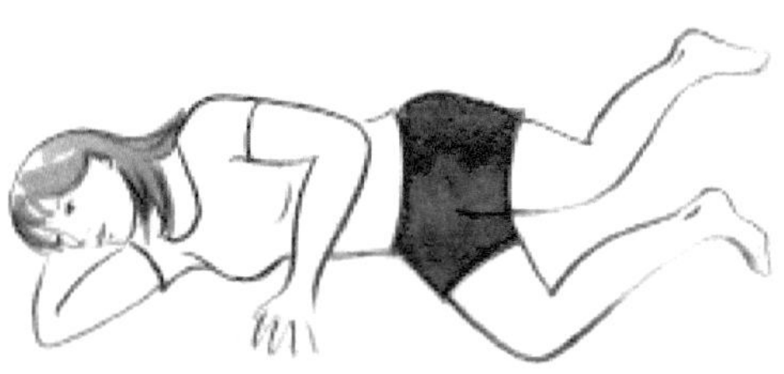

करू शकाल आणि तुम्ही प्रत्येक बाजूला ही क्रिया दहा वेळा करण्याचं लक्ष्य ठेवण्यास हरकत नाही. जर पाच वेळा व्यायाम केल्यावर पाय डगमगू लागला, तर कमी आवर्तनं करायला हरकत नाही. शास्त्रोक्तपणे व्यायामाची कमी आवर्तनं करणं हे अशास्त्रीय पद्धतीने केलेल्या जास्त व्यायामापेक्षा केव्हाही चांगलं!

व्यायाम क्र. ८

या व्यायामाची सुरुवात मागील व्यायामाप्रमाणेच करायची आहे, फक्त फरक इतकाच की आता गुडघे सरळ ठेवायचे आहेत. नाभी आत ओढून घ्या आणि संपूर्ण क्रिया संपेपर्यंत तशीच ठेवा.

पाय गुडघ्यात न वाकवता वरती आणि मागच्या बाजूला उचलून तसाच पाच सेकंदं धरून ठेवा.

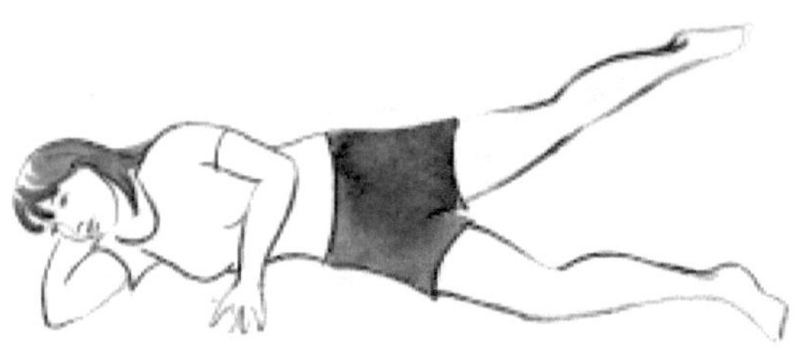

पोट व्यवस्थितपणे आत ओढून घ्या आणि नितंब मागे वळू देऊ नका.

आता हलकेच डावा पाय उजव्या पायावर ठेवा आणि आराम करा. पोट आणि पाय सैल सोडून विश्रांती घ्या.

परत पाच वेळा हीच क्रिया करा. (पाय डगमगू लागल्यास कमी वेळा करा.)

व्यायाम क्र. ९

आता डाव्या बाजूला वळत, व्यायाम क्र. ७ प्रमाणे गुडघे वाकवा.

क्र. ७ मध्ये केलेली क्रिया इथेही करायची आहे. उजवा पाय गुडघ्यात वाकलेल्या स्थितीत असताना, डाव्या पायावरनं उचला. पोट व्यवस्थितपणे आत ओढलेलं असू दे आणि नितंब मागे वळू देऊ नका. एक बाजू दुसऱ्यापेक्षा जास्त कमजोर वाटत असेल, तर त्या बाजूला जास्त वेळ व्यायाम करायला हरकत नाही. मात्र केव्हाही सहनशीलतेच्या पलीकडे जाऊन व्यायाम करू नये. काही काळानंतर दोन्ही बाजूला सारखीच शक्ती असल्याची जाणीव झाली, की सारखीच आवर्तनं करायचं लक्षात ठेवा.

व्यायाम क्र. १०

उजवा पाय सरळ करा आणि व्यायाम क्र. ८ उजव्या पायाने करा.

व्यायाम क्र. ११

आता परत आपल्या हाताच्या पंजावर आणि गुडघ्यावर ओणवं व्हा.

जोर काढण्याच्या पारंपरिक व्यायामाची ही आधुनिक आवृत्ती आहे. हा व्यायाम केल्याने छाती, पोट आणि मांड्यांना फायदा होतो.

हा व्यायाम योग्य तऱ्हेने करणं अतिशय महत्त्वाचं आहे आणि तुमचं नियंत्रण चांगलं असेपर्यंत ह्या व्यायामात प्रगती करण्याचा प्रयत्नही करू नये.

तुमचे नितंब आणि मांड्या एका पातळीत येईपर्यंत हाताच्या पंजांनी पुढे जात रहा.

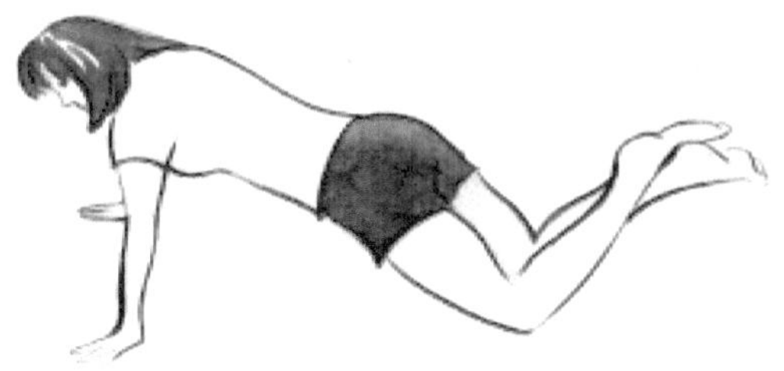

आता दोन्ही पाय गुडघ्यातनं जमिनीपासून वर उचलून त्याचे घोटे एकमेकांवर टाका. पोट पाठीच्या कण्याकडे ओढून घ्या, म्हणजे तो भाग घट्ट वाटेल. पाठीची हालचाल न करता आणि ती सरळ ताठ ठेवून या अवस्थेत दहा ते पंधरा सेकंद रहा. आपलं नियंत्रण सुटत आहे, असं जर मधेच वाटलं तर थांबा आणि पूर्वस्थितीत या आणि विश्रांती घ्या. या व्यायामाचा नियमित सराव करून तुमचं शरीरावर चांगलं नियंत्रण प्रस्थापित होईल आणि तुम्ही जास्त वेळ हा व्यायाम करू शकाल.

अगदी सहजपणे जेव्हा तुम्ही हा व्यायाम पंधरा सेकंदं करू शकाल, तेव्हा पुढची प्रगती करायला हरकत नाही. आता आपल्या हाताचे कोपरे वाकवा.

प्रथम कोपरामध्ये हात किंचितसा वाकवा आणि खाली जमिनीच्या दिशेने छाती नेण्याचा प्रयत्न करा. हे करते वेळी तुमच्या खांद्यांमध्ये बाक येऊ देऊ नका आणि छातीची हालचाल होणार नाही याची काळजी घ्या.

मग परत सुरुवातीच्या स्थितीत या.

स्नायूंची ताकद वाढेल, तसं हळूहळू याची आवर्तनं वाढवत न्या. मात्र हे

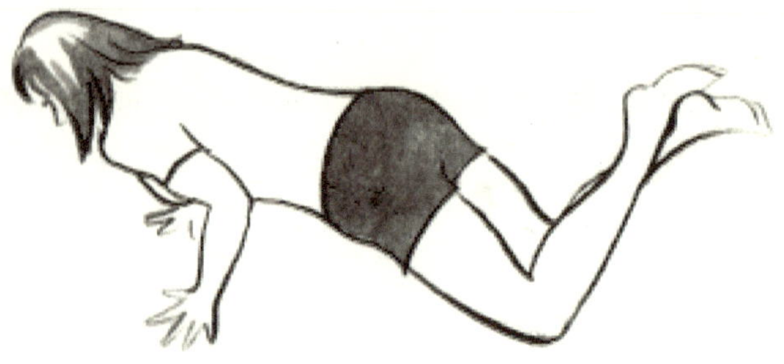

करताना जर स्नायू शिणला आहे, असं वाटलं, तर थांबा आणि पूर्वस्थितीत या.

व्यायाम क्र. १२

व्यायामाच्या शेवटी हा ताणाचा प्रकार फार आरामदायी आहे आणि तुम्ही त्याचे हक्कदार आहात.

गुडघ्यामध्ये पाय दुमडून आणि आपले कुल्ले पायाच्या घोट्यावर ठेवून खाली बसा. दोन्ही हात सरळ करून डोक्याच्या बाजूने पुढे नेत जमिनीवर टेकवा. दीर्घश्वसन करत या अवस्थेत वीस ते तीस सेकंद रहा. आता कमरेतनं सरळ होत पावलांवर बसा.

परत उभं राहताना हातांचा आधार घेऊन उठा.

चालणं

तुमच्यासाठी आखलेल्या कार्यक्रमातला हा सर्वांत महत्त्वाचा भाग आहे. जेव्हा केव्हा शक्य असेल तेव्हा चाला. चालण्याचे फायदे काय आहेत, याविषयी अनेक ठिकाणी लिहिलेलं आहे. रोज चालायला जाण्याचा निश्चय करा. रोज अर्धा तास चाललात तर फारच चांगलं. जमेल तितक्या भराभर चालल्याने, तुमच्या कॅलरीज खर्च होतात आणि हृदयही तंदुरुस्त राहतं. चढ-उतारावर चालण्याचे अधिक फायदे होतात आणि शक्य तेव्हा तसं चालायला जावं. रोजच्या ठरावीक चालण्याच्या कार्यक्रमाखेरीज चालण्याची मिळेल ती संधी साधा आणि आपल्या दिनचर्येत तिचा समावेश करा. आपली मोटार नेहमीपेक्षा जरा लांब उभी करावी किंवा लिफ्टनी वरती जाण्यापेक्षा चालत जावं.

दुकानाच्या बाहेर असलेल्या काचेत किंवा आरशासमोर उभं असाल, तेव्हा आपली उभं राहण्याची लकब कशी आहे ते बघावं आणि

> **चालण्याची मिळेल ती संधी साधा आणि आपल्या दिनचर्येत तिचा समावेश करा.**

आपली उभं राहण्याची लकब कशी आहे, ते बघावं आणि आपण ताठ उभं राहतो का, ते बघावं.

आपण ताठ उभं राहतो का, ते बघावं. पाठीत पोक काढायची सवय केव्हा नकळत लागली ते समजतदेखील नाही. पाठीत पोक काढण्याच्या सवयीनं आपली हनुवटी पुढे येते आणि समस्यांना सुरुवात होते.

नेहमी सरळ, ताठ उभं रहा आणि व्यायामाच्या प्रकारात सांगितल्याप्रमाणे डोकं खांद्यांपासून वर उचला. तुम्ही बसताना, उभं राहताना आणि चालतानाही हीच गोष्ट लागू पडते.

या कार्यक्रमातले आखलेले व्यायामाचे प्रकार केल्यानं तुमची ताकद, लवचीकपणा आणि नियंत्रण सुधारतं. आताची शरीराची लकब सुधारायला मदत झाल्यामुळे नंतर होऊ शकणारे त्रास वाचतात. आपलं नियंत्रण आणि सुसूत्रताही सुधारण्याची अपेक्षा तुम्ही करू शकता. वृद्धापकाळी धडपडण्याचेही प्रकार कमी होतील. काही दुखापतीशिवाय तुम्हाला हव्या त्या खेळात भाग घेता येईल. तेव्हा व्यायामाला सुरुवात करायची ही संधी सोडू नका.

सौंदर्य आणि तारुण्य टिकविण्यासाठी

योगसाधना

बिजयालक्ष्मी होता

अनुवाद : **प्रशांत तळणीकर**

सुंदर, तरुण आणि शांत राहण्यासाठी सुडौल,
प्रमाणबद्ध आणि शिडशिडीत शरीर, नितळ आणि टवटवीत त्वचा,
तेजस्वी, पाणीदार डोळे, सशक्त केस आणि सगळ्यात महत्त्वाचं म्हणजे
मनःशांती या गोष्टी आवश्यक असतात.
या पुस्तकामध्ये हे घटक मिळवण्यासाठी योगिक, वैदिक, आयुर्वेदिक आणि
पारंपरिक पद्धती सांगितलेल्या आहेत.
बिजयालक्ष्मी होता या एक नामांकित योगचिकित्सक असून गेली पंचवीस वर्ष
या क्षेत्रात काम करत आहेत. अस्थमा, सांधेदुखी, पाठदुखी इ.
पासून ते विविध प्रकारच्या गाठी (ट्यूमर) आणि कर्करोगापर्यंत
अनेक आजारांवर त्यांनी यशस्वी उपचार केले आहेत.

सर्व वयोगटांसाठी
योगसाधना आणि ध्यानधारणा

बिजयालक्ष्मी होता
अनुवाद : **प्रशांत तळणीकर**

योगसाधना सुयोग्य पद्धतीने आणि सुरुवातीपासून केल्यास जवळपास सर्व
लहानमोठे आजार टाळता येऊ शकतात.
या पुस्तकामध्ये-
बाल्यावस्था
पौगंडावस्था
प्रौढावस्था
वृद्धावस्था
गर्भारपण
या सर्व अवस्थांमध्ये करण्यायोग्य आसनं, प्राणायाम, ध्यानधारणा आणि
योगनिद्रा दिलेल्या आहेत.

www.ingramcontent.com/pod-product-compliance
Lightning Source LLC
LaVergne TN
LVHW090119180726
843489LV00002B/896